ஈசனின் உறைவிடம்

ISAVASYA UPANISHAD

பொன். எழிலரசன்

Copyright © P. Soundara Rajan
All Rights Reserved.

This book has been published with all efforts taken to make the material error-free after the consent of the author. However, the author and the publisher do not assume and hereby disclaim any liability to any party for any loss, damage, or disruption caused by errors or omissions, whether such errors or omissions result from negligence, accident, or any other cause.

While every effort has been made to avoid any mistake or omission, this publication is being sold on the condition and understanding that neither the author nor the publishers or printers would be liable in any manner to any person by reason of any mistake or omission in this publication or for any action taken or omitted to be taken or advice rendered or accepted on the basis of this work. For any defect in printing or binding the publishers will be liable only to replace the defective copy by another copy of this work then available.

கைகால் புரி தவறும்,
நா காயம் விழை வினையும்,
செவிவிழி மனம் வழி தவறும்,
வரையறு அற்று, ஆற்றும் பணியும்
மன்னித்து ஏற்றருள்வாய்
கருணைக்கடலாம் இறையே

करचरण कृतं वाक्कायजं कर्मजं वा ।
श्रवणनयनजं वा मानसं वापराधं ।
विहितमविहितं वा सर्वमेतत्क्षमस्व ।
जय जय करुणाब्धे श्रीमहादेव शम्भो ॥

மறை ஓதா வெறுமை, மொழி அறியா மடமை,
உள்ளறியா சிறுமையுடன் வியந்த இறைமறை தனை,
எந்தை தாய்தனின் எளிமை வாழ்வு உரைத்ததனால்,
வரைந்திட்டேன் ஈசனின் உறைவிடமென !
இந்த சமர்ப்பணம் உமையொரு பாகனாய்
இவ்வுலகில் வாழ்ந்த அவர்களுக்கே !

பொருளடக்கம்

நன்றி

என்ற திருஅருட்பா, ஈசனின் உறைவிடத்திற்கு யான் தொடங்-
கிய இப்பயணத்தின் தொடக்க நிலையை அழகாக வர்ணிக்கிறது.

இந்நிலையில் இருந்த என்னை, என் கைவிரல்களை இறுகப்
பற்றி, எனக்கு வழிகாட்டி கூட்டிச் செல்பவர் பலர். வழியில் என்
அறிவுப்பசிக்கு அறிவுரை புகட்டுபவர் பல அறிஞர்கள். செவி குளிர
வேத சாரங்களை ஓதுபவர் பல ஞானியர்.

வேதங்களில் கூறப்படும் ஹிரண்யகர்ப்பம் எனும் காரியப்பிரம்-
மனின் நவீன வெளிப்பாடு என்று வேடிக்கையாக கூறப்படும், உலக-
ளாவிய இணையதளத்தின் எண்ணற்ற பதிவுகள் எனக்கு ஊட்டச்-
சத்து.

யாருக்கென்று யான் நன்றி சொல்வது?

என் கடன் நன்றி செய்து கிடப்பதே.

முகவுரை

உபநிடதம்

ஆன்மீகத்தில், வேதாந்தம் என்பது நமது முனிஞானியர் ஆழ்ந்து தியானித்து, அனுபவித்து அந்த அனுபவத்தால் அறிந்த தத்துவங்-களை (யாண்டும் உள்ள உண்மைகளை) தமது சீடருக்கு உபதேசம் செய்தது. பாமரன் என்ற சொல்லுக்கு அறிவிலன் என்ற பொருள் உண்டு. வேதாந்த அறிவில், நான் ஒரு பாமரன். ஆன்மீகப் பயணத்-தில், தவழும் பருவத்தை தாண்டி, நடக்க முயலும் ஒரு குழந்தை.

நான் அறிந்த வேதாந்தம், அடர்ந்த வனத்தினுள், ஓலைக்குடிலி-னுள் அல்ல. வளமிகு நம் கிராமங்களிலும், சிமென்ட்டுக் கலவைக் காடுகளெனும் நமது நகரங்களிலும் இடைவிடாது உழைத்து கர்ம யோகிகளாய் வாழ்ந்த எனது தாய், தந்தையரின் வாழ்க்கை. மழலை நிலையில் நான் புரிந்து கொண்ட சில கருத்துக்களை இங்கு பதிவு செய்கிறேன். சிறுவன் யான் செப்பியுள்ள மழலைதனின் பிழைகள்-தன்னை பாதைதனில் காணும் பள்ளமென ஏற்றிடுவீர் பொறுமையு-டன்.

அரியது எது? என்று ஒளவையிடம் வினவிய போது அவள் கூறியது -

> *"அரிது அரிது, மானிடராய் பிறத்தல் அரிது"*

இவ்வாறு அரிதாகக் கிடைத்த அந்த மானிட வாழ்வென்றால் என்ன? அதன் அர்த்தம் தான் என்ன ? வாழ்க்கை என்பது எதைப் பற்றியது? வாழ்வின் இலக்குகள் என்ன?

இவ்வினாக்களுக்கு இப்புவியிலே, இன்றும் எண்ணற்ற ஆன்மீ-கவாதிகள், துறவிகள், முனிவர்கள், தனிநபர்கள், நன்னெறி தத்து-வம் பற்றிய எழுத்தாளர்கள், மற்றும் பலர் விடையளிக்க முயன்று கொண்டு வருகின்றனர். இவர்கள் வேறுபட்ட பாதைகளில், மாறு-பட்ட கருத்துக்களுடன் ஆராய்ந்த போதிலும் அனைவரும் ஒப்பும் ஒரு உண்மை:

ஆறறிவு பெற்ற மானிடர் அனைவருமே துன்பம் தவிர்த்து
நிலையான இன்பமடையவே அவர்தம் பணிகளின் குறிக்கோளாக
வைத்து அவரவர் பணிகளைப் புரிகின்றனர்

இதில் சிறிதும் ஐயமேதுமில்லை. சரி, குறிக்கோளைப் பற்றிய
விடை புரிகின்றது. ஆனால் நம்முள் இன்னும் பல கேள்விகள் எழு-
கின்றனவே !

நான் யார்? நான் செய்வதை ஏன் செய்கிறேன்? நான் செய்-
வதை, எப்படி சிறப்பாகச் செய்ய முடியும்? என் வாழ்வின் முடி-
வென்ன? பிறப்பு மற்றும் இறப்பு என்றால் உண்மையில் என்ன
அர்த்தம்? கடவுள் யார்? அவர் இயல்பு என்ன? உலகமென்றால்
என்ன? எனக்கும் உலகுக்கும் என்ன தொடர்பு? எனக்கும் கடவுள்,
உலகம் இவை இரண்டிற்கும் என்ன உறவு?

இப்படி பல கேள்விகளுக்கு, வேதம் நிறைந்த நம் நாட்டில்,
ரிஷிகளும், பெருமுனிவர் பலரும், தம் தவவலிமை மூலம் தாம்
அனுபவித்து ஆராய்ந்த கருத்துக்களை, அறிவுகூர்மையான கேள்வி
பதில்கள் வடிவாக மெய்ஞான உண்மைகளையும், தத்துவங்களாய்
உரைநடையிலும் செய்யுள் நடையிலும் வேதங்களின் முடிவில் (வேத
அந்தம்) உரைத்தனர். அப்பெரியோரை ஆசானாகப் பெற்று, அவர்-
ருகில் அமர்ந்து சீடர்களால் கேட்டு உணரும் அரிய பெரிய தத்து-
வங்கள் அடங்கியதே உபநிஷத் (உபநிடதம்) எனப்பட்டது.

உபநிஷத் என்ற சமஸ்கிருதச் சொல்லில் 'உப', 'நி' மற்றும் 'ஸத்'
என்ற மூன்று வேர்ச்சொற்கள் உள்ளன. 'உப' என்றால் (குருவின்)
அருகில் என்று பொருள். 'நி' என்றால் உறுதியாக அல்லது நிச்-
சயமாக என்று பொருள். ஷத் என்றால் (துயரத்தை அல்லது சந்-
தேகத்தை) அழிப்பது என்று பொருள். எனவே உபநிஷத் என்னும்
சொல்லின் பொருள் குருவின் அருகில் இருந்து உறுதியாக மெய்ப்-
பொருள் ஞானத்தைப் பெற்று அறியாமையையும், அதனால் வரும்
துயரத்தையும் நீக்குதல் என்பது தான்.

மொத்தம் 108 உபநிடதங்கள் இருப்பதாகக் கூறப்பட்டாலும்
அவற்றில் மிகப் பழமையான பத்து உபநிடதங்கள் மிக முக்கிய-
மானவை. அவை ஈசா, சாந்தோக்யம், பிரகதாரண்யகம், ஐதரே-
யம், தைத்திரீயம், பிரச்னம், கேனம், கடம், முண்டகம், மாண்டூக்யம்.
இவற்றில் பிரகதாரண்யகமும் அடுத்ததாக சாந்தோக்யமும் பெரிய
உபநிடதங்கள். மாண்டூக்யம் 12 சுலோகங்களே கொண்டே மிகச்சிறிய
உபநிடதம்.

மகான்களான ஆதிசங்கரர், இராமானுஜர், மத்வாச்சாரியார், நீல-கண்ட சிவாசாரியார் ஆகிய நான்கு சமயாசாரியர்களும் முறையே அத்வைதம், விசிஷ்டாத்வைதம், துவைதம், சித்தாந்தம் என்னும் தாங்கள் கொண்டிருந்த கொள்கைகளை ஒட்டி மேற்கூறிய முக்கிய உபநிடதங்களுக்கும் விரிவுரை எழுதியுள்ளார்கள்.

வேதங்களைப் போலவே உபநிடதங்களையும் எழுதியவர்கள் பெயர்கள் நாம் அறியோம். சிறிய உபநிடதங்கள் ஒரே ரிஷியின் உபதேசமாக சொல்லப்பட்டு இருந்தாலும், பெரிய உபநிடதங்கள் பல ரிஷிகளின் உபதேசங்களின் தொகுப்பாக அமைந்துள்ளன.

உபநிஷதங்கள் ரிஷிகளின் அனுபவ உண்மைகள். வெறும் நூலறிவு கொண்டோ, சமஸ்கிருதப் புலமை கொண்ட அவற்றின் உண்மையான பொருளை அறிந்து கொள்வது சாத்தியம் அல்ல. உண்மையான சாதனை வாழ்வில் ஈடுபட்டு, மனம் தூய்மை பெற்று நாம் இறைவனை நோக்கி முன்னேற முன்னேற, இவற்றின் உட்பொருள் மேன்மேலும் ஆழமாக நமக்குப் புரியும். மீண்டும் மீண்டும் படித்து, மந்திரங்களின் பொருளை ஆழமாக சிந்தித்து, ஆன்மீக சாதனை-களிலும் ஈடுபட்டால்தான் உபநிஷதங்களை உண்மையாகப் புரிந்து கொள்ள முடியும்; அவற்றின் அற்புதத்தில் ஆழ்ந்து மனம் மகிழ முடியும்.

மனிதன், உலகம், இறைவன் என்பவை மூன்று அடிப்படை உண்மைகள். உபநிஷதங்கள் இந்த மூன்றையும், இவற்றிக்கு இடையே நிலவுகின்ற தொடர்பையும் ஆராய்கின்றன. அறுதி உண்-மையாகிய இறைவனை ஒவ்வொரு மனிதனும், ஒவ்வோர் உயிரும் சென்று அடைவதே வாழ்கையின் லட்சியம், அதற்கான களமே உலகம். உலகம் தருகின்ற அனுபவங்களைப் பாடமாகக் கொண்டு, உலகில் வாழ்ந்தபடியே அந்த லட்சியத்தை அடையுமாறு உபநிஷ-தங்கள் வலியுறுத்துகின்றன. ஒவ்வோர் உபநிஷதமும் தனக்கென்று சில குறிப்பிட்ட பாதைகளைக் காட்டுகிறது. இந்தப் பாதை வித்தை எனப்படுகிறது. வித்தைகள் எண்ணற்றவை. இந்த நூலில், ஈசா உபநிடதம் கூறும் பாதைகளை ஆய்வோம், அறிவோம்.

உபநிடதங்கள் கோடிட்டு காட்டிய சில முக்கிய தத்துவங்களின் பரந்த அளவிலான முன்னோக்கத்தை (broad perspective), சுருக்கமான குறிப்புகளாக, இந்நூலின் பிற்பகுதியில் இணைக்கப்பட்-டுள்ளது.

ஈசா உபநிடதம்

இந்த உபநிடதத்தின் முதல் வார்த்தைகள் 'ஈஸா வாஸ்யம் இதம் சர்வம்' என்று தொடங்குவதால் இதற்கு ஈஸாவாஸ்ய உபநிடதம் அல்லது 'ஈஷா உபநிடதம் என்று பெயர்.

18 மந்திரங்களைக் கொண்ட இந்த உபநிடதம் பரம்பொருளான இறைவனின் (பிரம்மன் அல்லது பரபிரம்மன்) நீக்கமற நிறை தன்மையை அற்புதமாக விளக்குகிறது. பொறிபுலன் வழி வரும் சிற்றின்பங்களின் நிலையாமை, மெய்யறிவு காண துறவின் அவசியம் போன்ற விஷயங்களைப் பற்றி பேசுகிறது. அறம் வலியுறுத்தல், கர்ம யோகாவின் வாழ்க்கை சார்ந்த அணுகுமுறை, வாழ்க்கைப் பாதையில் அறிவு மற்றும் கர்மா என இரண்டும் கலந்த சமநிலை கொள்கைகளை கடைப்பிடித்தல், அதனால் வரும் நன்மைகள் பற்றிய வழிகாட்டுதல்கள் முதலிய ஆழமான உட்கருத்துகளை கோடிட்டுக் காட்டுகின்றது.

"'என்னுள்ளே, அறியாமை இருளுக்கு அப்பால், தூய உணர்வாய், தூய அறிவாய், தூய ஆனந்தமாய் உள்ள பரம்பொருள்தான் நான் என அறிந்துகொண்டேன்'.''

வேத மஹா வாக்யம் என்று கூறப்படுகின்ற இந்தக் கருத்தே ஈசாவாஸ்ய உபநிடதத்தின் மையக் கருவாக உள்ளது. ஒளிக்கு அப்பால் உள்ள ஒன்றை தேடுகின்ற முயற்சியையும் ஒளிக்கு அப்பால் என்ன உள்ளது என்பதையும் படிப்படியாக இங்கே நாம் காண்கிறோம். ஈசா உபநிடதம் பணிவான உயர்நிலை பிரார்த்தனையுடன் முடிவடைகிறது.

உபநிடதங்கள், பொதுவாக, கோட்பாடுகளின் பட்டியல் மட்டுமல்ல. அதற்குப் பதிலாக, அவை இறுதி அனுபவங்கள் மட்டுமின்றி இடைநிலை அனுபவங்களைப் பற்றியும் வேத வித்தகர்களால் நடத்தப்பட்ட உரையாடல்கள் அல்லது உரையாடல்களின் பதிவுகளாகும். அந்த வகையில் ஆன்மிக ஞானத்தின் பரிணாம வளர்ச்சியை நாம் படிப்படியாகக் காண்கிறோம், மேலும் மாறுபட்ட கண்ணோட்டங்கள் இருப்பதையும் காண்கிறோம்.

ஈஸாவாஸ்ய உபநிடதம், உபநிடதங்களின் பொதுவான வடிவத்-திலிருந்து வேறுபட்டது. இங்கு விவாதமோ உரையாடலோ இல்லை. கிட்டத்தட்ட இறுதி வடிவத்தில் முடிவுகளின் தொகுப்பை வழங்கு-கிறது. எனவே, இந்த குறுகிய உபநிடதம் ஆன்மீக ஞானிகளால், சிந்தனையாளர்களால் ஆயப்பட்டு கருத்துரைக்கப்படுகையில், அதில் பொதிந்துள்ள சிந்தனை செயல்முறைகளுக்கு, பல்வேறு விளக்கங்-களை அளிக்கிறது. அந்த வகையில் இது கடினமான அறிவார்ந்த, ஆழமான மற்றும் அடிப்படை உபநிடதங்களில் ஒன்றாகும்.

இந்த உபநிடதம் மூன்று முக்கிய செய்திகளை வழங்குகிறது என்று சுவாமி பரமார்த்தானந்தா கூறுகிறார்.

முதல் செய்தி ஆன்மீக அறிவு. இது ஆன்மீக தேடலில் ஈடுப-டுவரின் இலக்காகும்.

இரண்டாவது செய்தியாக, ஒரு நபர் எடுத்துக்கொள்ளக்கூடிய இரண்டு வகையான வாழ்க்கை முறைகளைப் பற்றி உபநிடதம் பேசு-கிறது.

- ஒன்று இல்வாழ்வு - ப்ரவ்ருத்தி-மார்கா என்று அழைக்கப்படுகிறது. சமுதாயத்தில், குடும்பத்தில், உலக நடவடிக்கைகளுடன் இணைந்த ஒரு வாழ்க்கை முறை. பாரம்பரிய அடிப்படையில், ப்ரவ்ருத்தி-மார்கா கிருஹஸ்தா-ஆஸ்ரமம் என்று அழைக்கப்படுகிறது.
- இரண்டாவது துற வாழ்வு - நிவிருத்தி-மார்கா. இதில் ஒரு நபர் சமூகத்திலிருந்து விலகி, குடும்பத்திலிருந்து விலகி, உலக/சமூக நடவடிக்கைகளில் இருந்து விலகி, ஆன்மீக நோக்கத்தில் வாழும் துற வாழ்வு முறை. இரண்டாவது சன்யாச-ஆஸ்ரமம் என்று அழைக்கப்படுகிறது, இதில் ஒருவருக்கு குடும்ப உடைமைகள், கடமைகள் போன்றவை இல்லை.

மூன்றாவது செய்தியாக, வாழ்க்கை முறையைப் பொறுத்தவரை ஒவ்வொருவரும் தமக்கு விருப்பமுடைய முறையைக் கடைப்பிடிக்க-லாம் என உடநிடதம் சுதந்திரம் தருகிறது. எம்முறையைக் கடைப்-பிடித்தாலும், வாழ்வில் மெய்யறிவு முக்கியம். மெய்யறிவு இல்லா எந்த வாழ்க்கை முறையும் பலன் தராது. பலன் என்பது அனைவ-ரும் தேடும் வீடுபேறு. இதனை முக்தி, மோக்ஷம் என்பர்.

எனவே, உங்களுக்கேற்ற வாழ்க்கை முறையைத் தேர்ந்தெடுத்து, மெய்யறிவைத் தொடரவும்.

இந்த ஈசாவாஸ்ய உபநிடதத்தின் 18 பண்களில் (மந்திரங்களில்) உள்ள செய்தி இதுதான். இவைகளை 18 அத்தியாயங்களாக உள்-ளடக்கியது இந்த நூல்.

• XV •

சாந்தி மந்திரம்

முன்னுரை

தமிழில், மெய்ப்பொருளாம் இறைவனை குறிக்க கடவுள் (கடவுள்) என்ற வார்த்தையைப் பயன்படுத்துகிறோம்.

> *"நம்மைக் கடந்தும் நமக்கு உள்ளும் இருப்பதுவே கடவுள்.*"

மிக ஆழமான அர்த்தம் கொண்ட எளிமையான வார்த்தை. இந்த வார்த்தையை மட்டும் ஒருவர் சிந்தித்துக் கொண்டே இருக்க-லாம். அப்படிப்பட்ட ஆழ்ந்த சுயபரிசோதனை, நம்மை முடிவிலியின் கருத்துக்கு அழைத்துச் செல்லும்.

முடிவிலி (infinity) என்பதை கணிதக் கண்ணோட்டத்தை தவிர்த்து, மனக்கண்ணோட்டத்தோடு ஆராய்ந்தால், இந்த மிகவும் பிரபலமான ஸ்லோகத்திற்கு (மந்திரம்) நேரடியாக நம்மை அழைத்-துச் செல்லும். இந்த ஸ்லோகம் ப்ருஹதாரண்யக உபநிடதத்தில் இருந்து வந்த மங்களாசரண மந்திரம் (சாந்தி ஸ்லோகம்). இது ஈஸாவாஸ்ய உபநிடதத்தின் ஆரம்ப பிரார்த்தனையாகும்.

எந்த ஒன்றையும் செய்யும்போது அதற்குரிய மனநிலை இருக்-கப்பெறுவது இன்றியமையாது. எந்த காரியத்தைச் செய்கிறோமோ அதற்குரிய மனநிலையை வரவழைத்துக் கொண்டு, அதன்பிறகு அந்தச்செயலில் ஈடுபடுவது சிறப்பான பலனை அளிக்கும். நமது கோயில்களில் பல பிராகாரங்கள் அமைந்திருப்பதன் காரணம் இதுவே. ஒவ்வொரு பிரகாரத்தில் சுற்றி வரும்போதும் மற்ற எண்-ணங்களை எல்லாம் விட்டு, கடைசியாக கருவறையில் சென்று தெய்வத்தைத் தரிசிக்கும்போது, நம்மால் முழுமனதுடன் தெய்வ சிந்-தனையில் ஈடுபட முடிகிறது.

அதுபோல் அனுபூதிக்கருமூலமான உபநிஷதங்களை படிக்க புகு-முன் நமது சிந்தனையை அவற்றுடன் இயைபுபடுத்த சாந்தி மந்தி-ரங்கள் உதவுகின்றன.

உபநிடங்கள் படிக்கத் துவங்கும் முன்பு, அந்தந்த உபநிடத்திற்-குரிய சாந்தி மந்திரத்தை சொல்லிவிட்டுத்தான் துவங்க வேண்டும்

என்பது மரபு. வேதாந்த சாத்திரங்கள் கேட்கும் போது நமக்கு வரும் தடைகளான சூழ்நிலைகளிலிருந்து வரும் தடை, இயற்கையிலிருந்து வரும் தடை, நம்மிடருந்து நமக்கே வரும் தடை ஆகிய மூன்று தடைகளை அமைதிப் படுத்துவதின் மூலம் நம்மை நாம் காத்துக்-கொள்வதற்கு இறைவனிடம் வேண்டுவதே சாந்தி மந்திரம் சொல்வ-தின் உட்பொருள்.

சமஸ்க்ருத மந்திரம்

"ॐपूर्णमदःपूर्णमिदंपूर्णात्पूर्णमुदच्यते
पूर्णस्यपूर्णमादायपूर्णमेवावशिष्यते।
ॐशान्तिःशान्तिःशान्तिः॥

ஓம் பூர்ணமத: பூர்ணமிதம்
பூர்ணாத் பூர்ணமுதச்யதே
பூர்ணஸ்ய பூர்ண மாதாய
பூர்ண மேவா வசிஷ்யதே
ஓம் ஷாந்தி ஷாந்தி ஷாந்தி: II"

நேரடிப் பொருள்

"ஓம் முழுமை தான் அது, முழுமை தான் இது .
அம்முழுமையினில் இம்முழுமை உதயம்
அம்முழுமையில் இம்முழுமை கழியினும் முழுமை"

நேரடியாகப் பாரத்தால் இந்த பாடலில் எந்த அர்த்தமும் இல்லை. ஒரு பெயர்ச்சொல், இரண்டு பிரதிபெயர்கள், சில வினைச்-சொற்கள் மற்றும் "முழுமை" பற்றி பேசுவதைத் தவிர வேறு எதை-யும் தெரிவிக்காத ஒரு தீங்கற்ற தோற்றமுடைய வசனம். இது என்ன வகையான மந்திரம்? புகழ்பெற்ற இந்திய தத்துவஞானி டாக்டர்

ராதாகிருஷ்ணனின் வார்த்தைகளில், "மனதில் தோன்றக்கூடிய சிறு-
பிள்ளைத்தனமான உளறல்களே" உபநிடதங்களாக இருக்கலாமோ
எனக்கூட ஒரு சிலர் கருதக்கூடும்

<h2 align="center">விளக்கவுரை</h2>

எவ்வளவு எளிமையாகத் தோன்றினாலும், முழு வேதாந்தமும்
இம்மந்திரத்தில் அடங்கும். மனித இருப்பின் மிக அத்தியாவசியமான
தன்மையையும் நோக்கத்தையும் இம்மந்திரம் வெளிப்படுத்துகிறது.
பிரபஞ்சத்துடனான அவனது உறவுகள் மற்றும் "பிரம்மன்" அல்லது
கடவுள் என்று அழைக்கப்படும் மெய்ப்பொருளை வெளிப்படுத்துகி-
றது.

ஸ்லோகத்தின் முதல் வாக்கியத்தின் முக்கிய வார்த்தைகள் ஒவ்-
வொன்றின் அர்த்தத்தையும் ஆராய்வோம்.

1.

ॐ (ஓம்) OM:

இந்த சின்னம் பிரம்மனைக் குறிக்கும் ஒரு புனிதமான எழுத்து.
முழுமையானது, சர்வ வல்லமை, எங்கும் நிறைந்தது, மற்றும்
அனைத்து வெளிப்பட்ட இருப்புகளின் ஆதாரம். இது "பிரம்மன்"
அல்லது கடவுள் என்று அழைக்கப்படும் இறுதி யதார்த்தத்தின்
ஆழ்நிலை. தன்மையிலா, வடிவிலா, கால வரையரையிலா பரம்-
பொருளின் கேட்கக்கூடிய ஒலியின் வெளிப்பாடாகும். எனவே ஓம்
என்பது கடவுளின் வெளிப்படாத (நிர்குண) மற்றும் வெளிப்படை-
யான (சகுண) அம்சங்களைக் குறிக்கிறது. அதனால்தான் இது பிர-
ணவம் என்று அழைக்கப்படுகிறது - அதாவது அது வாழ்க்கையில்
ஊடுருவி, நமது பிராணன் அல்லது சுவாசத்தின் வழியாக ஓடுகிறது.

இது உயிர்களின் ஆதாரமான பிரணவத்தைக் குறிக்கும் தெய்வீக
ஒலியைக் குறிக்கிறது. மற்றும் சமஸ்கிருதத்தில் அ, உ மற்றும் எம்
ஆகிய மூன்று எழுத்துக்களால் ஆனது. "ஓம்" அல்லது "ஓம்" என்ற
எழுத்து இந்து மதத்தில் மிகவும் முக்கியத்துவம் வாய்ந்தது. மற்ற
அனைத்து மந்திரங்களும் தோன்றிய மூல மந்திரமாகவும் இது கரு-
தப்படுகிறது மற்றும் இந்து மதத்தின் புனித நூல்களான வேதங்க-

ளின் பல ஆயிரக்கணக்கான வசனங்களின் சாரத்தை உள்ளடக்கி‌யது. "அனைத்து வேதங்களும் ஒத்திகை பார்க்கும் வார்த்தை" என கதா உபநிடதம் கூறுகிறது.

1.

पूरणमद:पूरणमदि: *Pūrṇam-Adah Pūrṇam-Idam*பூர்ணம்-அத: பூர்ணமிதம்:

"பூர்ணம்" என்பது வரம்பு இல்லாதது; அதற்கு மேல் எதுவும் இருக்க முடியாது. அதாவது அது எல்லையற்றது. இது ஒரு அழகான சமஸ்கிருத வார்த்தையாகும். இதன் பொருள் "முற்றிலும் நிரப்பப்பட்டது" என்பதே. முழுமை என்பது 'இதற்கு மேல் எதுவுமே இல்லாதது' எனப்பொருள்.

அத: "அத" என்ற சமஸ்க்ருத சொல் "அது" என்பதைக் குறிக்‌கும். நேரம், இடம் அல்லது புரியும் செயல்களில், பேச்சாளரிட‌மிருந்து தொலைவில் உள்ள ஒன்றைக் குறிக்க இந்த வார்த்தை எப்போதும் பயன்படுத்தப்படுகிறது. அத: என்பது தொலைதூரத்தில் உள்ள ஒன்று. கேள்விக்குரிய நேரத்தில், நேரடி அறிவுக்கு கிடைக்‌காத ஒன்று; இது அறியப்பட வேண்டிய ஒரு விஷயத்தைக் குறிக்‌கிறது, சில வகையான தொலைவு காரணமாக உடனடி அறிவுக்கு இல்லை, ஆனால் தொலைதூரத்தை அழித்த (கடந்த) பிறகு அறி‌யப்படும்.

"இதம்" என்றால் "இது" இது தொலைவில் இல்லாத ஒன்றைக் குறிக்கிறது, ஆனால் தற்போது, இங்கே மற்றும் இப்போது, உடனடி‌யாக உணரக்கூடிய, நேரடியாக அறியப்பட்ட அல்லது அறியக்கூடிய ஒன்றைக் குறிக்கிறது.

"உதச்யதே" என்ற சொல் "வெளிவருகிறது" என்றும் மற்றும் "அவசிஸ்யதே" என்றால் "எஞ்சியிருப்பது" என்பதனையும் குறிக்கி‌றது.

மேற்கூறிய வார்த்தைகளின் அடிப்படை புரிதலுடன், மேலே கொடுக்கப்பட்டுள்ள நேரடி மொழிபெயர்ப்புகளை மீண்டும் பார்க்க‌லாம். அதற்கு முன், கீழே உள்ளவாறு ஒருசில எளிமையான மாற்‌றீட்டை அம்மொழி பெயர்ப்பில் செய்யலாம்:

அது	கடல்	adah
முழுமை	நீர்	pUrNam
இது	அலை	ida

மந்திரத்தில் மாற்றீடுகள்

இந்த மாற்றீடுகளுடன், நேரடி மொழிபெயர்ப்புகள் எப்படி இருக்-
கும்?

> "*அக்கடல்தான் நீர், இவ்வலைதான் நீர்*
> *அக்கடலில் இவ்வலை தன் உதயம்*
> *அக்கடலில் இவ்வலை கழியினும் நீர்*"

நாம் சொற்களுடன் விளையாடுகிறோமா அல்லது இந்த ஸ்லோ-
கம் என்ன சொல்கிறது என்பதைப் பற்றி சில யோசனைகளைப்
பெறுகிறோமா? ஆழமாக ஆராய்வோம்.

கடலும் அலையும் அடிப்படையில் ஒன்றே. ஏன்? பெருங்கடலும்
நீர்தான். அலையும் நீரே. இரண்டும் ஒன்றுதான்.

ஆனால் கடலில் இருந்து அலை உருவாகிறது என்றும் சொல்-
லலாம். கடலில் இருந்து அலை உருவாகிறது என்று கூறும்போது,
நிலைப்பாடு என்ன? நீர் நிலையிலிருந்து அல்ல, ஏனென்றால்
இயற்கையால் (ஸ்வரூபத்தால்) அவை இரண்டும் நீர் மட்டுமே.

ஆனால் பெயர் மற்றும் வடிவத்தின் நிலைப்பாட்டில் இருந்து
(நாம-ரூப) பார்த்தால், இது ஒரு தனிப்பட்ட அல்லது மொத்த
நிலைப்பாட்டில் இருந்து வருகிறது. அலை என்பது தனிப்பட்ட
நாம -ரூபம் (வியாஷ்டி -நாம -ரூபம் என்று அழைக்கப்படுகிறது).
பெருங்கடல் என்பது மொத்த நாம -ரூபம் (சமஷ்டி - நாம -ரூபம்
என்று அழைக்கப்படுகிறது), அதாவது நாம -ரூப - த்ருஷ்யம்
(திருஷ்யா என்றால் 'அந்த கோணத்தில்' என்று பொருள்).

இப்போது மந்திரத்தில் வரும் மூன்று சொற்களை மீண்டும் கூர்ந்து பார்ப்போம்:

பூர்ணம்: பூர்ணத்தின் தன்மை முழுமை, முழுமை எல்லையற்றது. பூர்ணத்துடன் கூட்டல் அல்லது கழித்தல் என்று ஒன்றுமில்லை. வரம்பற்ற தன்மையுடன் சேர்க்கவோ அகற்றவோ முடியாது. அதாவது ஆரம்பமும் முடிவும் இல்லாத ஒன்றை நாம் பார்க்கிறோம்; அது வரையறுக்கப்படவில்லை மற்றும் பிணைக்கப்படவில்லை; நித்தியமான மற்றும் அழியாத ஒன்று; எங்கும் நிறைந்த ஒன்று; அது & இது மற்றும் மற்ற எல்லாவற்றின் உருவாக்கம்/வெளிப்பாடு ஆகியவற்றிற்கு பொறுப்பான ஒன்று. நேரம் மற்றும் இடத்தால் பாதிக்கப்படாத ஒன்று. பூர்ணம் என்பது முழுமை அல்லது நிறைவைக் குறிக்கும். அது காலம், நேரம், பொருளால் வரையறுக்கப் படாதது. பார்க்குமிடமெங்கும் நீக்கமற நிறைகின்ற பரிபூராணந்தம். ஆதி அந்தமிலா அருட் பெரும் ஆண்டவன்; இல்லாதது ஒன்றில்லை, எல்லாமே நான் என்று சொல்லாமல் சொல்லி வைத்த பரம்பொருள் - அது தான் பூர்ணம். இந்த வார்த்தையின் அர்த்தம் முற்றிலும் மாறிவிட்டதை நீங்கள் கவனித்தீர்களா?

adaH: அத: உயர்நிலை கண்ணோட்டத்தின் நிலைப்பாட்டில் ('பரமார்த்திக நிலை'), இதை "பரமாத்மா" என்று அழைக்கிறோம். இந்த சொல் சமஸ்கிருத வார்த்தையான "பரம"விலிருந்து வந்தது, அதாவது "உயர்ந்த ஆத்மா", முதன்மையான ஆத்மா எனக் கொள்ளலாம். இது நேரடி அறிவுக்கு கிடைக்காத ஒன்று.

idham: இதம்: அனுபவ நிலை கண்ணோட்டத்தின் நிலைப்பாட்டில் ('வ்யவகாரிக நிலை'), ஜீவாத்மா அதாவது ஜீவா+ ஆத்மா என்று பார்க்கிறோம். இதன் பொருள் மனித + இருப்பு. இறையருளால் மனித உடலில் இருந்து கொண்டு மனம், புத்தி வழி இயக்கும் சக்தி. மரணம் என்ற முடிவுடன், குத்தகை ஒப்பந்தத்தில் இருக்கும் ஆத்மா.

எனவே, முதல் பகுதி பூர்ணம் அத: பூர்ணம் இதம் என்பது பரமாத்மா மற்றும் ஜீவாத்மா இரண்டும் முழுமை, முழுமையானது, எல்லையற்றது என்பதாகும். வேறு வார்த்தைகளில் கூறுவதானால், ஸ்லோகத்தின் முதல் வரியின் முதல் பகுதி ஜீவாத்மா - பரமாத்ம ஐக்யம் பற்றி பேசுகிறது - "நீ தான் அது". அந்த அதுவே இது எனும் அகப்பொருளே, வரையறுக்கப்பட நிலையெனும் பரப் பிரம்மம், கடவுள், மெய்ப்பொருள், இறைவன்.

1.

<u>पूर्णात्पूर्णमुदच्यते</u> *pūrṇāt pūrṇam udacyate:*

இந்த வாக்கியத்தின் அர்த்தம் "பூர்ண ஸ்வரூப பரமாத்மாவிலி-ருந்து பூர்ண ஸ்வரூப ஜீவாத்மா உருவாகிறது அல்லது வெளிப்படு-கிறது" என்பதாகும்.

இப்போது இந்தக் கூற்று ஒரு கேள்விக்கு வழிவகுக்கும் - இவை இரண்டும் பூரணம் என்றால், ஒரு பூர்ண ஜீவாத்மா மற்றொரு பூர்ண பரமாத்மாவிலிருந்து உருவானது என்று எப்படிச் சொல்ல முடி-யும்? இரண்டும் பூரணம் அதாவது எல்லையற்றது. எல்லையற்ற-வற்றின் தோற்றம் பற்றி நீங்கள் எவ்வாறு பேச முடியும்? எல்-லையற்றது என்பது நேரம் மற்றும் இடத்தால் வரையறுக்கப்படாதது. எனவே, அதற்கு ஆரம்பமோ முடிவோ இருக்க முடியாது. எனவே, அது உருவாக முடியாது. ஜீவாத்மா பரமாத்மாவிலிருந்து தோன்றியது என்று பின் எப்படி சொல்கிறீர்கள் என்ற ஐயம் நமக்கு எழக்கூடும்

அதற்கான பதில், இந்தக் கேள்வியை ஒருவர் எந்தக் கண்-ணோட்டத்தில் பார்க்கிறார் என்பதைப் பொறுத்தது.

1. அவற்றின் இயல்பு நிலைப்பாட்டில் இருந்து, இரண்டும் ஒன்றுதான், 'பரமார்த்திக நிலையில், அதாவது ஸ்வரூப த்ருஷ்டியில், ஜீவாத்மா மற்றும் பரமாத்மா இரண்டும் ஒன்றே. அதாவது, நீரின் கோணத்தில், அலையும் கடலும் ஒன்றுதான்.

2. ஆனால் வ்யவகாரிக நிலையில், அதாவது பெயர் மற்றும் வடிவ (நாம ரூப) நிலைப்பாட்டில் இருந்து, ஒன்று மற்றொன்றிலிருந்து உருவாகிறது. தொழில்நுட்ப ரீதியாக, பெயர் மற்றும் வடிவ நிலை, ஒரு இணை நிலை அல்லது ஒரு கருவி/வாகனம் அல்லது ஒரு பண்பு என்று அழைக்கப்படுகிறது. இதை உபாதி என்று கூறுகிறார்கள். அந்த உபாதி த்ருஷ்டியில், அதாவது, பெயர் மற்றும் வடிவத்தின் பார்வையில், ஜீவாத்மா என்பது ஒரு விளைவு (காரியம்); மற்றும் பரமாத்மா என்பது காரணம் ஆகும். இந்த உறவு ஒரு காரண - விளைவு உறவு (காரண காரிய சம்பந்தம்).

எனவே பெயர்-வடிவ நிலையான பூர்ணத்திலிருந்து (நாமம் மற்-றும் ரூபத்தின் நிபந்தனையிலிருந்து பார்க்கப்படும் இந்தப் பரமாத்மா,

சமஸ்கிருதத்தில் சோபாதிகா பரமாத்மனா என்று அழைக்கப்படுகி-றது), பெயர்-வடிவ நிலையான பூர்ணம் (நாமம் மற்றும் ரூபத்தின் நிபந்தனையிலிருந்து பார்க்கப்படும் இந்த ஜீவாத்மா, சமஸ்கிருதத்தில் சோபாதிகா ஜீவாத்மனா என்று அழைக்கப்படுகிறது) உருவாக்கப்பட்-டது. இதுவே இரண்டாம் பாகம்.

வேறு வார்த்தைகளில் கூறுவதானால், இந்த இரண்டு வாக்கி-யங்களையும் ஒன்றாக எடுத்துக் கொண்டால், ஸ்லோகத்தின் முதல் வரி, அதாவது: पूरणमदः पूरणमिदं पूरणात्पूरणमुदच्यते என்பது

"உருவம் மற்றும் வடிவத்தால் விளைந்த ஜீவாத்மா அல்லது ஜீவன் என அழைக்கப்படும் உணர்வு, அவ்வுணர்வை விளைவித்த உணர்-வாம் பரமாத்மா என்ற காரணம் இவை இரண்டுமே அளவிலா, நீக்கமற நிறை முழுமையே. அதனையே நாம்"பிரம்மன்" அல்லது கடவுள், இறைவன், ஆதி, மெய்ப்பொருள் என்றெல்லாம் கூறுகி-றோம்."

இயல்பு நிலை (ஸ்வரூப - த்ருஷ்யா), பெயர் வடிவ (நாம ரூப) நிலை என ஏன் இரண்டு நிலைப்பாடுகள் உள்ளன என்ற கேள்வி நமக்கு எழலாம்.

உண்மை தான். என்றும் ஒரே நிலையிலேயே, இயல்பு நிலை-யிலே நம் பார்வை இருக்க வேண்டும். நமது வேதங்கள் (ஸ்மி-ருதிகள்) அந்த பிரம்மனே/இறைவனே, மாயா/அறியாமை எனப்ப-டும் அவரது ஆற்றல் வடிவத்தின் மூலம், நம் அனைவரிடத்திலும் உள்ள மாற்றுக் கண்ணோட்டத்தை வெளிக்கொணர்ந்து, வெளிப்ப-டுத்தி, யதார்த்தத்தை மழுங்கடிக்க செய்கிறார் என எடுத்துரைக்-கின்றன.

உதாரணமாக, வெவ்வேறு வடிவங்களில் தங்க ஆபரணங்களைப் பார்க்கிறோம்; ஆனால் உள்ளே இருக்கும் தங்கத்தை நாம் காண இயலவில்லை.

திருமூலரின் திருமந்திரத்தில் இருந்து அடிக்கடி மேற்கோள் காட்-டப்பட்ட ஒரு பண்ணை நினைவு கூறுவோம்:

"மரத்தை மறைத்தது மாமத யானை
மரத்துள் மறைந்தது மாமத யானை
பரத்தை மறைத்தது பார்முதற் பூதம்

பரத்துள் மறைந்தது பார்முதற் பூதம்"

நாம் பொம்மை யானையைப் பார்த்தால், பொம்மை செய்யப்பட்ட மரத்தைப் பார்ப்பதில்லை. கைவினைஞரின் திறமை அது ஒரு யானை என்று நம்ப வைக்கிறது, மரத்தின் துண்டு அல்ல. அது ஒரு மரக்கட்டையைத் தவிர வேறில்லை என்பதை ஒருவர் உணரும்போது, யானை கண்ணில் படாமல் மறைந்துவிடும்.

அதேபோல, இந்த உலகத்தை உருவாக்கும் உலகக் கூறுகளை மட்டுமே ஒருவர் பார்க்கும்போது, ஒருவர் தெய்வீகத்தை உணரவில்லை. கூறுகள் மட்டுமே உண்மையானவை என்று அவர்கள் நினைக்கிறார்கள். ஆனால் ஒருவன் தெய்வீகத்தை உணரும்போது, தெய்வீகத்தில் உள்ள கூறுகள் மறைந்துவிடும். எனவே இது மனித இயல்பின் ஒரு பகுதியாகும். இந்த மாயையை நமக்குள் உண்டாக்குவது "மாயா" என்று அழைக்கப்படுகிறது.

இந்த மேகத்தை அகற்ற, கண்ணாடியில் உள்ள தூசியை அகற்றுவது போல, நம்மை நாமே ஆழமாகப் பார்க்க வேண்டும். இந்த உள்நோக்கிய பயணமே நம் வாழ்வின் உண்மையான அர்த்தம். இதை நாம் புரிந்துகொண்டு உணராத வரையில், "நாம ரூப பேதா" (பெயர் மற்றும் வடிவத்தின் காரணமாக வேறுபாடு/பிரிதல்") மூலம் தொடர்ந்து உழன்றிடுவோம்.

"மாயையால் பெற்ற காரிய உபாதியை உடையவன் ஜீவன்; மாயை எனும் உபாதியை உடைவன் ஈஸ்வரன். அறியாமையால்/மாயையால் தனக்கு ஆதாரமான பூரணத்துவத்தை விடாது பூரணத்துவத்தோடுடைய காரியத்தை உண்டு பண்ணுகிறது காரணம்" என பூஜ்யஸ்ரீ ஓம்காரநந்த சுவாமிகள் விளக்குகிறார்."

"நான் முதலில் நிறைவை புறத்தே, பொருளனைத்தும் பொறி ஐந்து வழி அனுபவித்துத் தேடி அலைந்தேன் - ஆனால் அவையனைத்தில் துன்பம்மிகு என அறிந்து வைராக்கியம் பெற்றேன் - அச்சமயம் நிறைபொருள் உள என மறை கூறி என் உள் நோக்கினேன். குறையொன்று ஏதுமில்லை குறையிலா நிறையான மெய்ப் பொருளே அனைத்தும் என மறை உறைத்து உணர்ந்தேன். நானும் நிறை/ முழுமை; அனைத்தும் நிறை/முழுமை என நான் உணர்ந்தேன்"

என்பதை இந்த சாந்தி மந்திரத்தின் வரிகள் அழகாக எடுத்து-
ரைக்கின்றன.

1.

पूर्णस्यपूर्णमादायपूर्णमेवावशिष्यते. *Puurnnasya Pūrṇam-Aadaaya Pūrṇam-Eva-Avashissyate:*

Pūrṇam: இந்த வாக்கியத்தில், முதலில் பூர்ணம் என்ற இரண்-
டாவது சொல்லை எடுத்துக் கொள்வோம். இந்த வார்த்தை
"முழுமை" (Pūrṇam) பற்றி பேசுகிறது; அதாவது இன்றியமையாத
பூர்ண -ஸ்வரூபம் (அதன் இயல்பு நிலைப்பாட்டில் இருந்து). அப்ப-
டியானால் யாருடைய இயல்பைப் பற்றி பேசுகிறோம் என்ற கேள்வி
எழும். வேறு வார்த்தைகளில் கூறுவதானால், இந்த பூரணம்
யாருக்கு சொந்தமானது? பதில் முதல் வார்த்தையில் உள்ளது.

Puurnnasya: பூர்ணஸ்ய - பரமாத்மா மற்றும் ஜீவாத்மா
இரண்டிற்கும் சொந்தமானது. ஏனெனில், பரமாத்மாவின் ஸ்வரூபமும்
பூரணம். ஜீவாத்மாவின் ஸ்வரூபமும் பூரணம். எனவே, பரமாத்மா
மற்றும் ஜீவாத்மா இரண்டின் இந்த பூர்ண-ஸ்வரூபம்.

Aadaaya: ādāya - புரிந்துகொண்டு பிரிக்கும்போது, அதாவது,
அலை மற்றும் கடலுக்குச் சொந்தமான இன்றியமையாத தன்மையை
(நீர்) நீங்கள் அறிந்தால், நீங்கள் புரிந்துகொள்கிறீர்கள், அதாவது,
அலை மற்றும் கடலில் இருந்து தண்ணீரைப் புரிந்துகொண்டு பிரிக்-
கிறீர்கள். அப்படி அறிந்து பிரித்தால், அப்புறம் என்ன மிச்சம்? தண்-
ணீரைத் தவிர வேறு எதுவும் மிச்சமிருக்காது. ஜீவாத்மா மற்றும்
பரமாத்மாவிலிருந்து பூர்ண ஸ்வரூபம் பிரிக்கப்பட்டால், எஞ்சியிருப்-
பது என்ன? பூர்ண - ஸ்வரூபம் மட்டும் எஞ்சியுள்ளது.

பூர்ண - ஸ்வரூபம் மட்டும் எஞ்சியிருக்கிறது என்று சொல்வதன்
மூலம் என்ன அர்த்தம்? வேறுபடுத்தும் பெயர் மற்றும் வடிவம் உண்-
மையில் இல்லை என்று அர்த்தம்.

மெய்யான (சத்யமான) ஸ்வரூபத்தை மட்டும் தனித்துப் பார்த்-
தால், வேறுபடுத்தும் உபாதி (பெயர் & வடிவம்) உண்மையில்
இல்லை. வேறுபடுத்தும் உபாதி உண்மையில் இல்லாததால், அவை
இரண்டும் சமஸ்க்ருத மொழியில் மித்யா என அழைக்கப்படுகின்றன.

எவை உண்மையானவையும் உண்மையற்றதும் அல்லவோ (இரண்டும் அல்லவோ) அவைகள் அத்வைத வேதாந்தத்தின்படி, "மித்யா' எனப்படும். (அவைகள் மறுக்கப்படுவதால் உண்மைகள் அல்ல; அவைகள் உணரப்படுவதால் அவைகள் உண்மையற்றதும் அல்ல. உதாரணம் - மண்குடத்தில் மண், தங்க ஆபரணத்தில் தங்கம்.

எனவே, எளிமையானதெனத் தோன்றும் சாந்தி ஸ்லோகம் மூன்று முக்கிய செய்திகளை தெரிவிக்கிறது. அவை:

1. முதலாவது: ஜீவாத்மாவும் பரமாத்மாவும் அடிப்படையில் ஒன்றே.
2. இரண்டாவது: ஜீவாத்மாவும் பரமாத்மாவும் மேலோட்டமாக காரண-விளைவு உறவைப் பெற்றுள்ளன. அடிப்படையில், அவை ஒன்றே. அடிப்படையில் எந்த உறவும் இல்லை; மேலோட்டமாக, காரணம்-விளைவு உறவு. நிருபாதிகா - த்ருஷ்டியா ஐக்யம், சோபாதிகா - த்ருஷ்டியா கார்ய -காரண - சம்பந்தம்.
3. ஜீவாத்மா மற்றும் பரமாத்மாவின் அத்தியாவசிய இயல்பைத் தவிர, வேறு எதுவும் (அனாத்மா) இல்லை. எந்த அனாத்மாவும் சுதந்திரமாக இல்லை. அவனின்றி ஓர் அணுவும் அசையாது.

1.

ॐशान्तिः शान्तिः शान्तिः॥ Om Shaantih Shanthi Shaantih

இந்த இன்றியமையாதவற்றைப் பற்றிய தெளிவான புரிதல் உள்ள எவருக்கும் முழுமையான அமைதி, முழுமையான அமைதி, முழு-மையான அமைதியைத் தவிர வேறு எதுவும் இருக்காது என்பதே இந்த வரி.

நீங்கள் கவனிப்பது போல், சாந்தி (அமைதி) என்ற வார்த்தையை மூன்று முறை உச்சரிப்பது இறுதி வரியாகும். சில சமயங்களில் கேட்கப்படும் கேள்வி - சாந்தி ஏன் மூன்று முறை ஜபிக்கப்படுகிறது? அதற்கு முக்கியத்துவம் உள்ளதா? நாம் ஏன் மூன்று முறை சாந்தியை ஜபிக்கிறோம் என்பதற்கான சுருக்கமான விளக்கம் இங்கே.

மூன்று வகையான தடைகளை நீக்குவது அல்லது மூன்று வகையான துன்பங்களை நீக்குவது என்பது வாழ்க்கையின் முக்கிய நோக்கங்களில் ஒன்று என்று நமது பண்டைய நூல்கள் நமக்குச் சொல்கின்றன.

மூன்று வகை துன்பங்கள் வெளிப்படையாக வரையறுக்கப்-படவில்லை என்றாலும், ஒவ்வொரு வர்ணனையாளரும் பின்வரும் மூன்று வகையான துன்பங்களைக் குறிக்கின்றனர்:

1. ஆதிதைவிகா (தெய்வீக தோற்றம்) - கடவுளின், இயற்கையின் செயல் காரணமாக வரும் துன்பங்கள்.

2. அதிபௌதிகா (உடல், ஜட உயிரினங்களில் உருவானது) - வெளிப்புற தாக்கங்கள் காரணமாக வரும் துன்பங்கள்

3. அத்யாத்மிகா (நாமே உருவாக்கியது) - உட் நோய், மனப்பிரச்சனைகள் முலம் வரும் துன்பங்கள்

இந்த சாந்தி மந்திரத்தின் உட்கருத்தை தெளிவாகப் புரிந்து அனுபவிக்கும் எவரும், இம்மூன்று வகை துன்பங்களிலிருந்து விடு-பட்டு மனம் சஞ்சலமின்றி அமைதி அடையும் என்பதை வலியுறுத்-தத்தான் 'சாந்தி' என்று மூன்று முறை சொல்வதன் முக்கியத்துவம்.

முடிவுரை

பூர்ணம் என்பது முழுமை அல்லது நிறைவைக் குறிக்கும். அது காலம், நேரம், பொருளால் வரையறுக்கப் படாதது. பார்க்குமிடமெங்-கும் நீக்கமற நிறைகின்ற பரிபூரணந்தம்;. ஆதி அந்தமிலா அருட் பெரும் ஆண்டவன்; இல்லாதது ஒன்றில்லை, எல்லாமே நான் என்று சொல்லாமல் சொல்லி வைத்த பரம்பொருள்.

இப்பொழுது அனுதினமும் நாம் காணும் சில காட்சிகளை நினைவுக்கு கொண்டு வருவோம்;

1. ஒரு தீபத்திலிருந்து எண்ணற்ற தீபங்களை ஏற்ற முடியும்.

இதனால் முதல் தீபத்தின் முழுமை கெடுவதில்லை. அதிலிருந்து ஏற்றப்பட்ட தீபங்களும் முழுமையாக, நிறைந்த ஒளி தருவனவாகவே இருக்கும்.

2. நாம் எத்தனையோ பேரை நேசிக்கிறோம்; முழுமையாக அவர்களிடம் அன்பு வைக்கிறோம். இதனால் நம்முடமுள்ள அன்பு குறைந்ததாகக் கூற முடியாது. நமது அன்பு முழுமையாக இருக்க, நாம் எத்தனையோ பேருக்கு அன்பை முழுமையாகக் கொடுக்க முடியும்.

3. ஒரு செடியில் எத்தனையோ பூக்கள் மலர்கின்றன. ஒவ்வொரு மலரும் முழுமையாக உள்ளது. முழுமையான மலர்கள் பலவற்றைத் ணதருவதால் செடியின் முழுமை எந்த விதத்திலும் குறைவதில்லை. ஏனெனில் செடியின் முழுமை வேறு.

அதுபோலவே, இறைவனிலிருந்து எத்தனையோ முழுமையான உலகங்களும் அண்ட சராசரங்களும் தோன்றலாம். ஆயினும் அவரது முழுமை ஒருபோதும் குறைவதில்லை. இறைவனின் முழுமை உலகங்களின் தோற்றத்தாலோ மறைவாலோ பாதிக்கப்படாத ஒன்று; இறைவனிலிருந்து தோன்றியதால் உலகமும் இறையம்சம் பொருந்தியது என்பது இந்த சாந்தி மந்திரத்தின் கருத்து. இந்த உண்-மையை உணர்ந்து வாழ்ந்தால் சாதாரண வாழ்கையே நம்மை இறை-நெறியில் அழைத்துச் செல்ல வல்லதாகிவிடும்.

இப்பொழுது புரிந்ததா, ஒரு பெயர்ச்சொல், இரண்டு பிரதிபெயர்-கள், சில வினைச்சொற்களின் வலிமையை! வாருங்கள், மன சாந்தி அடைந்து, உபநிடதம் கூறும் கருத்துக்களை ஆராயலாம்

1

அவனின்றி ஓரணுவும் அசையாது

———∽ை∽———

மந்திரம்

ஈஶாவாஸ்யமிதं ஸர்வं யत்கஞ்ச ஜगத்யாं ஜगத் ।
தேन த்யக்தेन ভুஞ்জীথா মா গृধঃ கஸ்য ஸ்வद்ধनম் ॥ १ ॥

ஒலிபெயர்ப்பு

ஈசாவாஸ்யமிதம் ஸர்வம் யுத்கிஞ்ச ஜக்யதாம் ஜகத்
தேனத்யக்தேன புஞ்ஜீதா: மாக்ருத: கஸ்யஸ்வித் தனம் .

மொழிபெயர்ப்பு

அனைத்து அசைவிலும் அசைவிலா
அனைத்திலும் அனைத்துக்கும் சொந்தம்

ஆண்டவனே, ஆதலினால் அவா அறுத்து
ஆனந்த நிலை அடைவாயே அகம் துறந்து

விளக்கவுரை

இந்த உலகமும் அதில் உள்ள அனைத்தும் மாறிக்கொண்டே இருக்கின்றன. ஆனால் அவைகளை நிலைநிறுத்தும் தத்துவம் என்றும் மாறாது. அது எப்பொழுதும் ஒன்றே. அதுதான் கடவுள் - பிரம்மன் - இறைவன் - பரம் பொருள் - மெய்ப்பொருள் என்றெல்லாம் அழைக்கப்படும் யதார்த்தமான ஒரே உண்மை. அதன் மீதுதான் அனைத்தும் தங்கியுள்ளது. நீயும் பிரம்மனும் ஒன்றே என்பதை உணருங்கள். இந்த அறிவை அடைவதே வாழ்க்கையின் குறிக்கோள். உலகம் உங்களைக் கெடுக்க முடியாது. உங்களை பிரம்மனாக, தூய உணர்வாக நினைத்துக் கொள்ளுங்கள். இந்த வழியில் தீவிரமாகவும் தொடர்ந்து சிந்திக்கவும். இந்த உலகத்தின் மீது உனக்கு இப்போது இருக்கும் பற்று அப்போது போய்விடும். இது முதல் வரி கூறும் செய்தி.

ஆனால் நீங்கள் எப்படி பிரம்ம ஞானத்தை அடைய முடியும்? இந்த மந்திரத்தின் இரண்டாவது வரி பதில் தருகிறது. துறவு பயிற்சியால் அதை அடையலாம் என்று கூறுகிறது. உலகம், அதன் அனைத்து கவர்ச்சிகளுடன், உண்மையானது அல்ல, அதாவது, அது நிலையற்றது என்ற பொருளில் அது உண்மையானது அல்ல என்பதை நீங்கள் நினைவூட்டிக் கொண்டே இருக்க வேண்டும். அழியாதது என்பதால் பிரம்மன் மட்டுமே உண்மையானது. இவ்வுலகைத் துறந்து பிரம்மத்தில் கவனம் செலுத்த வேண்டும். நீங்கள் எப்பொழுதும் நிலையற்ற விஷயங்களின் பின்னால் ஓடக்கூடாது. பிறருடைய செல்வத்திற்கு ஒருபோதும் ஆசைப்படாதீர்கள், உங்கள் சொந்த செல்வத்தின் மீது பற்று கொள்ளாதீர்கள். இவ்வுலகம் நிலையற்றது, செல்வம் என்பது செல்வம் அல்ல, புலன் இன்பமும் நிலையற்றது. நீங்கள் பிரம்மத்தில் ஆழ்ந்துவிடுவதில் மட்டுமே அக்கறை கொள்ள வேண்டும். பிரம்மம் மட்டுமே உண்மையானது, நீங்கள் தான் அந்த பிரம்மம். இந்த உணர்வை வளர்த்து, மற்ற அனைத்தையும் மறந்துவிடுங்கள், நீங்கள் தேடும் இறுதி மகிழ்ச்சியை அடைவீர்கள்.

இதுதான் இந்த மந்திரத்தின் சாராம்சம். அன்றாட வாழ்வில் நாம் திரை இசையில், விரும்பிக் கேட்கும் பாடல்களிலேயே இப்பண்ணின் கருத்தை அறியலாம்.

" அசையும் பொருளில் இசையாய், எதிலும் இயங்கும் இயக்கமாய், இல்லாதது ஒன்றில்லை எல்லாமும் நான் என்று சொல்லாமல் சொல்லி வைத்து, புல்லாகி பூண்டாகி புழுவாகி மரமாகி புவியாகி வாழ வைக்கும் ஒருவனே கடவுள்/இறைவன்.

நேற்று போல் இன்று இல்லை இன்று போல் நாளை இல்லை; நாடகமே இந்த உலகம., ஆடுவேதோ பொம்மலாட்டம் என்றெல்லாம் நிலையாமையைப் பற்றிய திரை இசை பாடல்கள் தினைவுக்கு வந்தி-டும். ''

இந்த உபநிடத்தின் பண்ணின் உட்கருத்தை அறிய திருக்குறள் ஒன்றே போதும். நிலையாமை எனும் அதிகாரத்தில் திருவள்ளுவர் இதனையே:

" நெருநல் உளனொருவன் இன்றில்லை என்னும்
பெருமை உடைத்துஇவ் வுலகு'....

நில்லாத வற்றை நிலையின என்றுணரும்
புல்லறி வாண்மை கடை. ''

என்றும் கூறுகிறார். ஆதலினால் நமக்கு மெய்யுணர்தல் மிகவும் முக்கியமான குறிக்கோளாய் இருக்க வேண்டும்.

" பொருளல்ல வற்றைப் பொருளென்று உணரும்
மருளானாம் மாணாப் பிறப்பு.

பிறப்பென்னும் பேதைமை நீங்கச் சிறப்பென்னும்
செம்பொருள் காண்பது அறிவு ''

என்பதை உணர வேண்டும். அதற்கு பற்று விடுதல் அவசியம். இதனையே திருவள்ளுவர்:

" பற்றுக பற்றற்றான் பற்றினை அப்பற்றைப்
பற்றுக பற்று விடற்கு.

அடல்வேண்டும் ஐந்தன் புலத்தை விடல் வேண்டும்

வேண்டிய வெல்லாம் ஒருங்கு."

எனத் தெளிவுபடுத்துகிறார் துறவு எனும் அதிகாரத்தில். அதற்கு நாம்

"உள்ளத்தால் உள்ளலும் தீதே பிறன்பொருளைக்
கள்ளத்தால் கள்வேம் எனல்.

எள்ளாமை வேண்டுவான் என்பான் எனைத்தொன்றும்
கள்ளாமை காக்கதன் நெஞ்சு."

என்று உணர்ந்து கள்ளாமையின் கருத்தறிந்து முதற்றே உலகான ஆதி பகவனை, இருள்சேர் இருவினையும் சேரா இறைவனைத் துதித்து, அவனின்று ஓர் அணுவும் அசையாது என்றுணர்ந்து ஆசை தவிர்த்து தவ வழியில் நடத்தல் வேண்டும்.

இதுவே இப் பண்ணின் சாரம்.

2

நூறாண்டு காலம் வாழ்க

மந்திரம்

"

कुर्वन्नेवेह कर्माणि जिजीविषेच्छतं समाः ।
एवं त्वयि नान्यथेतोऽस्ति न कर्म लिप्यते नरे ॥ २ ॥"

ஒலிபெயர்ப்பு

குர்வன்னேவேஹ கர்மா''ணி ஜிஜீவிஷேச்சதக்''ம் ஸமா''ஃ |
ஏவம் த்வயி னான்யதேதோ''உஸ்தி ந கர்ம' லிப்யதே' னரே'' ||

மொழிபெயர்ப்பு

விதித்திட்ட வழிதனிலே வினைபுரிந்து
விழைந்திடுவாய் நீ நூறாண்டு காலம் வாழ !
பலன்தவிர்த்து பணிபுரியும் அவ்வினையால்
பற்றாதே தீவினைகள் மானிடனே உன்மீது !

விளக்கவுரை

முதல் மந்திரம் துறவுக்கு ஓர் அழைப்பு. உலகம் தரும் இன்பங்களுக்குப் பின்னால் ஓடுவதில் அர்த்தமில்லை. இந்த இன்பங்கள் தற்காலிகமானவை. நாம் அவர்களைப் பின்தொடர்ந்து ஓடினால், நாமே சிக்கலில் சிக்கிக்கொள்வோம், ஏனென்றால் இன்பங்கள் விரைவில் போய்விடும், நாம் துன்பப்படுவோம் எனும் முதல் மந்திரம் சிந்திக்கும் மனிதர்களுக்கானது. சிந்தனை செய் மனமே, செய்தால் தீவினை அடங்கி, இருள் அகலும், ஒளி பிறக்கும், பின் ஒளிக்கப்பால் உள்ள மெய்ப் பொருள் விளங்கும் என்று கூறியது.

ஆனால் அன்றாட வாழ்வில், கடினமெனக் கருதி, துறவுப் பாதை தவிர்த்து இல்லறப்பாதையில் பயணம் செய்பவரே அதிகம். அப்பாதையில் சென்று வினைபுரிந்து நீண்ட ஆயுளுடன் மகிழ்ச்சியையும் அமைதியையும் விரும்புகிறார்கள். அத்தரப்பட்ட மானிடருக்கு இந்த மந்திரம் வழி காட்டுகிறது.

இந்த மந்திரம் அவர்கள் நீண்ட ஆயுளுடன் வாழ விரும்பினால் எந்த பாதிப்பும் இல்லை என்று சொல்கிறது. அதாவது நூறு ஆண்டுகள் (வேத காலத்தில் நூறு ஆண்டுகள் என்பது நீண்ட ஆயுள்). அவர்கள் நீண்ட காலம் வாழலாம், ஆனால் அவர்கள் தங்கள் ஆசைகளை வேதம் வகுத்துள்ள விதிகளின்படி கண்டிப்பாக நிறைவேற்ற வேண்டும் என உபநிடதம் உரைக்கிறது.

மறை உரைத்த வழி வினை புரிவது, மெதுவாக மனதைத் தூய்மைப்படுத்த வழிவகுக்கும். அதாவது புலன் இன்பத்திற்கான ஏக்கம் நீங்கும், விவேகம் வலுவடையும், மெய்யறிவின் மீதான அன்பு வளரும். இது நிகழும்போது, அவர்கள் தங்கள் வாழ்நாள் முழுவதும் செய்யும் வினைகளை வரும் பலன்களுடன் இனி இணைக்கப்பட மாட்டார்கள். துறவு வாழ்க்கைக்கு அவர்கள் தயாராக இருப்பார்கள் என்பதே இறுதி முடிவு. உடனடியாகத் துறக்க முடியாதவர்களுக்கு இதுதான் ஒரே வழி. அவர்கள் இழந்ததாக உணர வேண்டியதில்லை. அவர்கள் நேரம் எடுக்கலாம். ஆனால் விரைவில் அல்லது பின்னர் அவர் மனம் துறவு பாதைக்கு வர வேண்டும். அதுவரை இங்கு வரையறுத்துள்ள விதிமுறைகளைப் பின்பற்ற

வேண்டும்.

வேதம் சொல்லும் விதிமுறைகள் என்ன ? சற்று ஆராய்வோம்:

1. செயல்கள் (வினைகள்/கர்மாக்கள்) துறத்தல் / பற்றின்மை உணர்வுடன் செய்யப்பட்டால் அவை பிணைக்கப்படாது.

2. ஆனால் துறத்தல் என்பது உலகத்திலிருந்து உடல் ரீதியான விலகல் அல்ல, ஆனால் உலகத்தைப் பற்றிய மன அணுகுமுறை என்பதை நாம் புரிந்து கொள்ள வேண்டும்.

3. எனவே செயல்களும் செயல்பாடுகளும் தொடர வேண்டும், ஆனால் வேலையைப் பற்றிய நமது அணுகுமுறை வெறுப்பாகவோ அல்லது விருப்பமாகவோ இருக்கக்கூடாது; மகிழ்ச்சியோ துக்கமோ அல்ல, ஆனால் வேலைக்காக வேலை செய்யுங்கள்;

4. நம்மை வெறும் இயக்குனர்/செய்பவர் என்று நினைத்துக் கொண்டு எந்தப் பலனையும் எதிர்பார்க்காமல் இருப்பது முக்கியம். நாம் செய்பவர்கள், சுதந்திரமானவர்கள் மற்றும் தன்னிறைவு பெற்றவர்கள் அல்ல என்பதை நன்கு அறிந்து கொள்ளுங்கள்.

5. எனவே, அனைத்து செயல்களையும் இறைவனுக்கு அர்ப்பணிக்கவும். நமக்கு நம் சொந்த அடையாளம் உள்ளது என்பதில் சந்தேகமில்லை, ஆனால் அது தனிப்பட்டது மட்டுமே தவிர மொத்த அடையாளம் அல்ல.

6. செய்பவர் என்ற உணர்வுடன் செய்யப்படும் அனைத்து செயல்களும் நம்மை கட்டுப்படுத்தும், முடிவுகள் எதுவாக இருந்தாலும் சரி.

7. வெகுமதியின் பலனை எதிர்பார்க்காமல் கடவுளிடம் பணிவுடன் சரணாகதியுடன் செய்யப்படும் செயல்கள் நம் விடுதலைக்கு வழி வகுக்கும.

8. நாம் செயலை ஒரு உள்நோக்கம் வைத்துச்செய்கிறோம் என்பதே உண்மை. ஒவ்வொரு செயலுக்குப் பின்னால் ஏதோ ஒரு நோக்கம் இருக்கும். சிலர் அதிகாரத்திற்காகவும், சிலர் சுயநலத்திற்காகவும், பதவிக்காகவும், சிலர் மட்டும் வீடுபேறு எனும் முக்திநிலைக்காகவும் செயல்படுகிறார்கள்.

9. செயலற்ற மற்றும் அல்லது தவறான செயலின் பாதையிலிருந்து நாம் நம்மை பாதுகாக்க வேண்டும்.

10. சரி எது, தவறு எது என்பதை உணர்ந்து என்ன செய்ய வேண்டும், என்ன செய்யக்கூடாது என்பதற்கிடையே உள்ள வேற்றுமையை உணர்ந்து செயலாற்ற வேண்டும்.

பகவத் கீதையின் 3 ஆம் அத்தியாயம் முழுவதுமே செயல்/கர்ம யோகம் பற்றிய ஒரு கட்டுரையாகும். இந்த உபநிடதத்தின் இந்த இரண்டாவது மந்திரம்,

செயல் அறிவியலின் (கர்ம யோகம்) சுருக்கம்.

நல்வினைகள், தீவினைகள் இரண்டும் கலந்து ஒரு பெரும் கடலாக மாறி நம்மை அதில் அமிழ்த்து விடும். அதில் மூழ்காமல் பத்திரமாகக் கரையேறுவதற்கு நமக்கும் நம் உறவுகளுக்கும் களைப்பைப் போக்கி உதவுகின்ற தோணிகளாக இரண்டு வழிகள் உள்ளன. அழியாப் புகழை உடைய இறைவனைப் பற்றிக் கொண்டு அறச் செயல்களைப் புரிந்து வாழ்வது ஒரு வழி. இல்வாழ்வில் இருந்து கொண்டே அறச் செயல் புரிந்து கொண்டு வாழ்வது மற்றொரு வழி. இரண்டுமே மறுமைக்குத் துணையாம் என்பதனை திருமூலர் திருமந்திரத்தின் 258 வது மந்தி-ரம் கூறுகிறது;

> " திளைக்கும் வினைக்கடல் தீர்வு உறுதோணி
> இளைப்பினை நீக்கும் இருவழி உண்டு;
> கிளைக்கும் தனக்கும் அக்கேடு இல் புகழோன்
> விளைக்கும் தவம் அறம் மேல்துணை ஆமே. "

மேலும், அறவழியில் வாழ்வதனால், இறை உலகம் எளிதென்பதை, திருமூலர் திருமந்திரத்தின் 265 வது மந்திரம் கூறுகிறது;

> " வழி நடப்பார், இன்றி , வானோர் உலகம்
> கழி நடப்பார்; நடந்தார் கரும்பாரும்
> அழி நடக்கும் வினை ஆசு அற ஓட்டிட்டு
> ஒழி நடப்பார், வினை ஓங்கி நின்றாரே. "

இக்கருத்தினையே திருவள்ளுவர்

> " அறன்எனப் பட்டதே இல்வாழ்க்கை அஃதும்
> பிறன்பழிப்பது இல்லாயின் நன்று "

என்றும் பின்னர் அறன்வலியுறுத்தல் எனும் அதிகாரத்தில்

> " சிறப்புஈனும் செல்வமும் ஈனும் அறத்தினூஉங்கு
> ஆக்கம் எவனோ உயிர்க்கு.

> இடுக்கண் படினும் இளிவந்த செய்யார்

நடுக்கற்ற காட்சி யவர்."

என எடுத்துரைக்கிறார்.

அறன் வலியுறுத்துதலே இந்த இரண்டாவது உபநிட மந்திரத்தின் சாரம்.

3

ஆத்மக் கொலையாளிகள்

❧

முன்னுரை

முதல் இரண்டு மந்திரங்களில், உபநிடதம் முக்தி அல்லது வீடுபேறு அடைய ஈஸ்வர ஞானம் எனும் இலக்கை அறிமுகப்படுத்தியது (ஞானம் என்றால் பிரம்மன் அல்லது கடவுள், என்று அழைக்கப்படும் இறுதி யதார்த்தம் அல்லது மெய்ப்பொ-ருள் பற்றிய அறிவு). அந்த இலக்கை அடைய, இரண்டு வாழ்க்கை முறைகளை உபநிடதம் குறிப்பிட்டது.

1. அறிவு (ஞானம்) & துறவு (நிவ்ருத்தி-மார்கா அல்லது சன்யாச ஆஷ்ரமம்)
2. வேதவாக்கியங்களின்படி செயல் (ப்ரவ்ருத்தி-மார்கா அல்லது க்ரஹஸ்த ஆஷ்ரமம்).

இவ்விரண்டு வாழ்க்கை முறைகளைப் பொறுத்தவரை, எதை நாம் கடைப்பி-டிக்கலாம் என்பது நம் கையில். நம் விருப்பப்படி ஏதாவது ஒரு முறையை நாம் கடைப்பிடிக்கலாம். ஆனால் ஈஸ்வர ஞானத்தைத் பொறுத்தவரை அனைவருக்கும் தேர்வு சுதந்திரம் எதுவுமில்லை. வீடுபேறு வேண்டுமென்றால் அந்த ஞான (மெய்-யறிவு) இலக்கு ஒன்றைத்தான் தொடர வேண்டும்.

இரண்டு வாழ்க்கை முறைகளை (மார்கங்களை) அறிமுகப்படுத்திய பிறகு, இப்போது மந்திரம் 3 முதல் மந்திரம் 8 வரை, நிவ்ருத்தி-மார்கா அல்லது சன்யாச ஆஸ்ரமத்தைப் பற்றி பேசுகிறது இந்த உபநிடதம். இந்த முறையில், ஒரு நபர்

தன்னை ஆத்ம-ஞானத்திற்காக அர்ப்பணித்துக்கொள்கிறார். இந்த மந்திரங்களில் ஆத்ம ஞானம் பற்றி உபநிடதம் பேச விரும்புகிறது.

ஆனால், ஆத்ம ஞானத்தை முன்வைக்கும் முன், முதலில், ஞானத்தின் மூலமே முக்தி பெற முடியும் என்று உபநிடதம் ஆத்ம ஞானத்தை மகிமைப்படுத்த விரும்புகிறது. மற்ற நடைமுறைகள் (சாதனங்கள்) மனதைத் தூய்மைப்படுத்தி மனதைத் தயார்படுத்தும் ஆனால் அவை வீடுபேறு தர முடியாது. பொதுவாக உபநிடதங்கள் வீடுபேறு/மோட்சத்திற்கான பல வழிகளை ஏற்பதில்லை. ஒரே பாதை ஆத்மா - ஞானம்.

புகழ்பெற்ற புருஷ-சூக்த மந்திரம் இந்த விஷயத்தை மிகத் தெளிவாக வெளிப்படுத்துகிறது.

"*"ஞானத்தால் மட்டுமே விடுதலை கிடைக்கும். வேறு பாதை இல்லை. விடுதலைக்கான பல பாதைகளைப் பற்றி பேசாதீர்கள்"*
- "tamevam vidvānamṛta ihabhavati nānyaḥ panthā ayanāyavidyate ॥""

இப்பொழுது மந்திரத்தை ஆராயலாம்.

மந்திரம்

असूर्या नाम ते ॑लोका अन्ध्ने तमसावृ॒ताः ।
तास्तं प्रेत्याभिगिच्छन्तयि ये के चात्महनो जनाः ॥ ३ ॥

ஒலிபெயர்ப்பு

அஸூர்யா நாம தே லோகா அம்தேன தமஸாஉஉவ்று'தாஃ |
தாக்ம்ஸ்தே ப்ரேத்யாபிக்'ச்சம்தி யே கே சா''த்மஹனோ ஜனா''ஃ ||

மொழிபெயர்ப்பு

அசுர குண மடமையுடன் இருள் கொண்டு குருடரென
அகமுறை இறை உணர்வறியா ஆன்மக் கொலையாளிகள்
அல்லலெனும் மாசாம் பிறவிப் பிணி பெருவரே மூடரவர்.

விளக்கவுரை

இந்த மந்திரத்தில் முறையே முதல் மற்றும் இரண்டாவது வரிகளில் பயன்ப-
டுத்தப்பட்டுள்ள "அசூர்யா" மற்றும் "ஆத்ம ஹன" ஆகிய இரண்டு சொற்களை
நாம் விரிவாக ஆராய வேண்டும்.

1. "அசூர்யா" என்ற வார்த்தையின் அர்த்தம் "சூரியன் இல்லாத உலகம்'. இது
    பாரம்பரியமாக பயன்படுத்தப்படுகிறது. சூரியன் இல்லாதது ஒளி இல்லாதது;
    இருள் என்பது ஒளி இல்லாததைத் தவிர வேறில்லை. ஒளி என்பது
    அறிவையும் இருள் என்பது அறியாமையையும் குறிக்கிறது. ஒளியை நோக்கித்
    திரும்பும்போது இருள் மறைந்துவிடும். அதேசமயம் நம்முள்ளுறை ஆத்மா
    எனும், சுயஒளியை நோக்கித் திரும்பினால் அறியாமை மறைந்துவிடும்.
    ஒளியை எதிர்கொண்டால் நிழல் கூட மறைந்துவிடும்; மெய்யறிவை நோக்கிச்
    செல்லும் போது அறியாமை அழிகிறது. சூரியன் இல்லாத இடத்தில், இருள்
    அல்லது அறியாமை ஆட்சி செய்கிறது. மேலும் அந்த இடம் உண்மையான
    அறிவு இல்லாமல் உள்ளது. அறியாமை என்றால் அவித்யா, அறிவு என்பது
    வித்யா. வித்யா இல்லாதது அவித்யா. அவித்யாவை மணந்த வாழ்க்கை
    அல்லது உண்மையான மெய்யறிவின் அறியாமை உடைய வாழ்க்கை என்பது
    வெறும் பேய்த்தனமான வாழ்க்கை. அசு என்றால் புலன் உறுப்புகள் என்றும்,
    ரஹ் என்றால் மகிழ்வது என்றும் பொருள். அஸூர்ய -லோகம் என்றால்
    வெளிப்புற புலன் இன்பங்களில் மகிழ்வது; உண்மையான மெய்யறிவு
    இல்லாதது. நாம் நமது எண்ணங்களின் பின்னால் ஓடும்போது நமது உடலுடன்
    பிணைக்கப்படுகிறோம். இடம்,கால பந்தமுடன் சிற்றின்பங்களால் பிணைந்து
    சிக்கித் தவிக்கின்றோம். இதுவே, பிறந்திறந்துழலும் பிறவிப்பிணி அல்லது
    "சம்சாரம்" எனப்படும் முடிவில்லாத துயரத்திற்கும் துரதிர்ஷ்டத்திற்கும்
    காரணம். உடல் ரீதியான இன்பம் மற்றும் ஆன்மீகப் போக்கின்றி சுயநலத்தின்
    பொருள்சார் வழிகளில் கவனம் செலுத்தும் வாழ்க்கை இதுவாகும். இது
    புலன்களால் இயக்கப்படும் உடல் இன்பங்களில் கவனம் செலுத்தும் வாழ்க்கை.
    இத்தகைய அறியாமை மற்றும் தவறான உணர்வின் அடிப்படையிலான
    எந்தவொரு வாழ்க்கையும் கண்மூடித்தனமான இருளுடைய நரக வாழ்க்கையே

என உபநிடதம் அந்த வாழ்க்கைமுறையை கண்டனம் செய்கிறது.

2. இப்போது "ஆத்ம ஹனா" என்ற சொல்லுக்கு வருவோம். ஒரு நபர் பல பரிகாரங்கள், யாகங்கள், பூஜைகள் போன்றவற்றைச் செய்த ஒரு சம்பிரதாயவாதியாக இருக்கலாம். அல்லது ஒரு நபர் பெரிய உபாசனைகள் (தியானங்கள்) செய்திருக்கலாம். இவர் இருவரும் இன்னும், ஆத்மாவைப் பொறுத்தவரை அஜ்ஞானியே (அறிவிலிகளே) என உபநிடதம் கூறுகிறது. இவ்விடத்தில், அறியாமையை வலியுறுத்துவதற்காக இந்த உபநிடதம் ஒரு குறிப்பிட்ட வார்த்தையை உபயோகப்படுத்துகிறது. இந்த சடங்குகள் மற்றும் தியானம் செய்பவர்களின் கவனம் அவர்கள் புரியும் சடங்குகள், தியானங்கள் மேல்; அவர்தம் ஆத்மா மேலல்ல. அதாவது, அவர்கள் தம் ஆத்ம அறிவைப் புறக்கணித்து ஆத்மபலனைப் பெறாமல் உள்ளனர். அதனால் அவர்கள் ஆத்மாவையே அழித்தது போல் உள்ளது. எனவே, அந்த அறிவிலிகள் (அறியாமை மக்கள்), "ஆத்மக் கொலையாளிகள" என்று உபநிடதத்தால் அழைக்கப்படுகிறார்கள். இது ஒரு உருவக மொழி. ஆத்மாவை யாராலும் அழிக்க முடியாது. ஆத்மா நித்தியமானது மற்றும் அழியாதது, ஆனால் உபநிடதம் கடும் வார்த்தையை பயன்படுத்துகிறது. ஆத்மாவைப் புறக்கணிப்பது, அழிப்பதைப் போன்றது, ஏனெனில் அவை பலனைப் பெறாது, எனவே ஆத்ம-ஹனஃ என்ற சொல். அப்படிப்பட்ட ஆத்ம அறிவிலா இம்மக்களுக்கு மோக்ஷம் (வீடுபேறு) கிடைக்காது என்று உபநிடதம் உரைக்கிறது. வீடுபேறு கிட்டாத அவர்களுக்கு மறுபிறவி (புனர் - ஜென்ம) கிடைக்கும் என்று கூறுகிறது. இருப்பினும், அவர்களின் சடங்குகள் மற்றும் உபாசனை (வழிபாடு/ பிரார்த்தனை/சேவை) காரணமாக, புனர்-ஜன்மா (மறுபிறப்பு) இந்த மானிட உலகில் (மனுஷ்ய-லோகம்) இருக்காது, மாறாக ஸ்வர்க-லோகம், பிரம்ம-லோகம் போன்ற உயர்ந்த லோகத்தில் இருக்கும். பிறகு உபநிடதம் சுட்டிக் காட்டுகிறது, அவர்கள் பிரம்மலோகத்திற்குச் சென்றாலும், அவர்கள் ஆத்ம ஞானத்தைப் பெறாததால்தான் அவர்கள் ஸம்ஸாரிகளாக (பிறப்பு மற்றும் இறப்புச் சுழற்சிகளுக்கு உள்ளானவர்கள்) இருப்பார்கள். அஜ்ஞானம் தொடர்கிறது. அறியாமை (அஜ்ஞானம்) தொடர்வதால், அவர்களுக்கும் ஸம்ஸாரம் தொடர்கிறது. எனவே, உயர் லோகங்கள் கூட உருவகமாக இருண்ட லோகங்கள் என்று உபநிஷதம் கூறுகிறது. நமது உடல், மனம் மற்றும் புத்தி வளாகத்தின் தவறான அடையாளத்தைத் துறந்து, முழுமை அடைய ஆன்மாவின் விரிவாக்கத்தைத் தேட மந்திரம் நம்மை வலியுறுத்துகிறது. நாம் அடிப்படையில் தெய்வீகமானவர்கள். தெய்வீகம் நம்மில் வெளிப்படுகிறது. அதை நாம் உணர வேண்டும். நாம் ஆத்ம கொலையாளிகளாக மாறாமல், நித்தியத்தை நோக்கி முன்னேறுவோமாக. அதை நாம் உணராமல், தொடர்ந்து

அறியாமையில் இருக்கும் வரை, அதாவது அஜ்ஞானம் இருக்கும் வரை, கர்மாவால் ஸம்ஸாரப் பிரச்சனையைத் தீர்க்க முடியாது. உபாசனாவால் சம்சார பிரச்சனையை தீர்க்க முடியாது. ஆனால் கர்மா பயனற்றது என்று அர்த்தமல்ல. உபாசனை பயனற்றது என்று நாங்கள் கூறவில்லை. மனதை தூய்மைப்படுத்த கர்மா பயனுள்ளதாக இருக்கும். உபாசனம் என்பது மனதை ஆக்கிரமிப்பிலிருந்து விடுவிப்பதற்காக பயனுள்ளது. எனவே, செய்தி: கர்மாவைப் பயிற்சி செய், உபாசனை செய், ஆனால் அதோடு நின்றுவிடாதே. நீங்கள் உங்களைப் புரிந்து கொள்ள வேண்டும் - நீங்கள் மெய்யறிவுக்கு (ஆத்மா - ஞானத்திற்கு) வர வேண்டும். அப்போதுதான் வீடுபேறு சாத்தியம்.

முக்கியமாக, இந்த மந்திரம் ஆத்ம ஞானத்தை அடைய முயற்சி செய்-யாதவர்களைக் கண்டிப்பதாகும். அவர்கள், உண்மையான அர்த்தத்தில், தற்-கொலை செய்துகொள்கிறார்கள், ஏனென்றால், உங்கள் சொந்த எஜமானராக இருக்க வேண்டும் என்ற வாழ்க்கையின் உண்மையான நோக்கத்தை முற்றிலும் மறந்து, இன்பத்தை அனுபவிக்கும் அடிமையாக இருப்பதை விட மோசமானது எதுவாக இருக்க முடியும்? உங்களுக்கு நீங்களே ஆளுநராக இருப்பதற்கு, நீங்-களே பிரம்மன், நீக்கமற நிற மெய்ப்பொருள், எப்போதும் சுதந்திரமான தூய்மை-யான உணர்வு,, பெயர் மற்றும் வடிவம் இல்லாமல், நிபந்தனையற்றவர் என்பதை நீங்கள் உணர வேண்டும். தொடக்கமும் முடிவும் இல்லாமல், எண்ணம் மற்றும் பேச்சுக்கு அப்பாற்பட்ட எந்த மாற்றத்திற்கும் நீங்கள் உட்பட்டவர் அல்ல. உங்-கள் இருப்பு முழுமை, அறிவு முழுமையானது, பேரின்பம் முழுமையானது. இதை நீங்கள் அறிந்தால், நீங்கள் சுதந்திரமாக இருக்கிறீர்கள். நீங்கள் இனி பிறப்புக்கும் இறப்புக்கும் இடையில் ஊசலாடுவதில்லை. நீங்கள் உண்மையில் யார் என்பதை அறிய முயற்சிக்கவில்லை என்றால், நீங்கள் உண்மையில் தற்கொலை செய்து கொள்கிறீர்கள். இவ்வுலகில் ஓர் அடிமை வாழ்வின் இழிநிலையையும், மரணத்திற்-குப் பின் அதுபோன்ற துரதிர்ஷ்டவசமான விதியையும் நீங்கள் அழைக்கிறீர்கள். ஆகவே உன்னையே நீ அறிவாய் என இந்த மந்திரம் நம்மை வலியுறுத்துகிறது.

இத்தத்துவத்தை, திருமூலர் திருமந்திரத்தில், கல்லாமை எனும் பதிகத்தில் நிலையற்றைவைகளை நிலையானவை என்றும் நிலையற்ற உடலை அழிவில்லா-தது என்றும் உள்ளத்தில் தவறாக எண்ணுகின்றவர்கள், எல்லா உயிர்களுக்கும் இறைவனே என்ற நிலையான பரம்பொருளைப் பற்றிய உண்மைதனை உணர இயலாது எனக் கூறி:

" நில்லா நிலையை நிலையாக நெஞ்சத்து
நில்லாக் குரம்பை நிலை என்று உணர்வீர்காள்!

எல்லா உயிர்க்கும் இறைவனே ஆயினும்
கல்லாதார் நெஞ்சத்துக் காண ஒண்ணாதே(312)

கல்லா மனிதர் கயவர்; உலகினில்
பொல்லா வினைத் துயர் போகம் செய்வர் (314)"

என்றும் ஞானத்தைத்தேடி சாதனை செய்தவர்களால் மட்டுமே சிவம் என்னும் சிறந்த விளங்கனிப் பெற முடியும் என கற்று அறிந்தவர் பெருமை கூறுகிறார் (316)

"கணக்கு அறிந்தார்க்கு அன்றிக் காண ஒண்ணாது;
கணக்கு அறிந்தாற்கு அன்றிக் கைகூடா காட்சி,
கணக்கு அறிந்து உண்மையைக் கண்டு அண்டம் நிற்கும்
கணக்கு அறிந்தார் கல்வி கற்று அறிந்தாரே."

அத்தகைய

""அறிவுடையார் எல்லா முடையார் அந்த அறிவிலார் என்னுடைய
ரேனும் இலர்""

எனக்கூறிய திருவள்ளுவரின் திருக்குறளில் அறிவுடமை அதிகாரத்தில், பரி-மேலழகர் தனது விளக்க உரையில்,

"சென்ற இடத்தால் செலவிடா தீதொரீஇ
நன்றின்பால் உய்ப்ப தறிவு."

என்ற குறளுக்கு, குதிரையை நிலமறிந்து செலுத்தும் வாதுவன் போல வேறாக்கி மனத்தைப் புலமறிந்து செலுத்துவது அறிவு என்றார்.

அந்த அறிவினால் ஆய பயன் நற்றாள் தொழா அறிந்து. இருள்நீங்கி இன்பம் பயக்கும் மருள்நீங்கி மாசறு காட்சி கிடைக்கும். மயக்கத்தினின்று நீங்கிக் குற்றமற்ற அறிவுடையார்க்கு, அறியாமையாகிய இருள் நீங்கி முத்தியாகிய இன்ப முண்டாம் என மணக்குடவர் தமது உரையில் கூறுகிறார்.

இதுவே இந்த மந்திரம் சொல்லும் உபதேசம்.

4

அசைவிலா வேகம்

மந்திரம்

अनेजदेकं मनसो जवीयो नैनद्देवा आप्नुवन्पूर्वमर्षत् ।
तद्धावतोऽन्यानत्येति तिष्ठत्तस्मिन्निपो मातरिश्वा दधाति ॥

ஒலிபெயர்ப்பு

அனே”ஜதேகம் மன'ஸோ ஜவீ”யோ நைனன்'த்தேவா ஆ”ப்னுவன்பூர்வமர்ஷ்'த்
|
தத்தாவ'தோஉன்யானத்யே”தி திஷ்டத்தஸ்மின்”னபோ மா”தரிஸ்வா” ததாதி ||

மொழிபெயர்ப்பு

வரையறுத்த மதியினும் அதி விரைவு — எனினும்
வரையிலா ஆன்மாவிற்கு இலையேதும் அசைவு
இலையிதற்கு, வரையறுக்கும் ஐம்புலனும் ஈடு — எனினும்
நிலையாக நின்று அனைத்தும் கடந்திடும் இது!
இணைந்தோடி உயிரிழையாய்ப் பரவும் காற்றென — எதனையும்
துணையாய் காத்திடும் உன் ஆன்மாவை நீ அறிந்திடு !

விளக்கவுரை

உபநிடதம் முதல் வரியின் தொடக்கத்திலேயே ஆத்மா எப்போதும் அமைதி-யாக இருக்கிறது; உண்மையில் பேசினால் அது நகரவே இல்லை. எனவே ஆத்மா அசையாதது, நிலையானது என்று கூறுகிறது.

பின்னர் இந்த மந்திரம் ஆத்மா, மனதை விட வேகமாக நகரும்; புலன் உறுப்-புகளும், அந்த ஆத்மாவை புறநிலையாக அடைய முடியாது; ஆத்மா வேகமாக நகரும் எதையும் முந்திச் செல்கிறது என்றெல்லாம் கூறுகிறது.

நிலையானதாக இருக்கும் ஒன்று எப்படி மிக வேகமாக நகரும்? ஏன் முரண்-பாடான பயநிலைச் சொற்களை பயன்படுத்தி, உபநிடதம் ஆத்மாவின் குணங்களை எடுத்துரைக்கிறது? இதன் விளக்கம் தான் என்ன ?

உபநிடதம் உள்ளடக்கிய விடைதனை ஊகிக்க முயற்சிப்போம்.

1. முதல் செய்தி ; ஆத்மா என்பது நீக்கமற நிறைந்து அனைத்திலும் பரவி நிறைந்துள்ளது. (சர்வ வ்யாபகம்). ஒரு பொருள் அசையவோ அல்லது இயங்கவோ இடம் தேவை. அப்பொருள் நீக்கமற நிறைந்திருந்தால் எப்படி அசையும்? ஆத்மாவும் அப்படியே ! அப்படி பரவியிருப்பதால், ஆத்மா உடல், உயிர், புலன், மனம், புத்தி இவைகளுக்கு உள்ளுணர்வுயும், இருப்பையும் அளிக்கிறது.

2. இரண்டாவது செய்தி மறைமுகமாக தெரிவிக்கப்படுகிறது. ஆத்மா மனதைவிட வேகமானது. மனம், புத்தி, பொறி புலன்கள் இவை அனைத்தையும் வேகமாகச் சென்று ஆத்மாவை அடைய இயலாது. மனம் புறத்திலுள்ள ஒரு பொருளை நினைவுக்கும் போது, அது வெளியில் சென்று அப்பொருளின் வடிவை எடுப்பதாக நமது தத்துவ நூல்கள் கூறுகின்றன. இதுவரை விஞ்ஞானம் கண்டறிந்த வேகத்தைவிட அதிவேகமாக மனம் சென்று அப்பொருளின் வடிவை எடுக்கிறது. அவ்வளவு வேகமாக மனம் சென்றாலும், மனம் செல்வதற்கு முன்பே அங்கே ஆண்டவனின் இருப்பு (ஆத்மா) இருக்கிறது. எனவே தான் உபநிடதம் ஆத்மா மனதைவிட விரைவானது, நிலைத்து நின்றே அனைத்தையும் முந்துகிறது, ஓடுகிற அனைத்தினையும் முந்துகிறது என்றெல்லாம் கூறுகிறது. ஆதலால், அவைகள் ஆத்மாவை அறிய முடியாது. ஆகவே, அடிப்படைக் கருத்து என்னவென்றால், ஆத்மா என்பது மனம், புத்தி, பொறி புலன்கள் அறியும்பொருள் அல்ல. ஒவ்வொரு கருவியும் ஒரு குறிப்பிட்ட பணியைச் செய்ய வல்லது. தொலைநோக்கி கருவி அருகில் உள்ளதைப் பார்க்க இயலாது. நுண்ணோக்கியால் மட்டுமே அதைக் காண இயலும். அதே போல புலன்கள் புற உலகை நுகர்வதற்காக படைக்கப்பட்டது.

அவைகளனால் ஆத்மாவைக் காண இயலாது. பகவத் கீதையில் அதனால் தான் கண்ணன் அரஜுன்னுக்கு தெய்விகப் பார்வை கொடுத்து தனது விஸ்வரூபத்தைக் காட்டுகிறான். ஆத்மாவின் இக்குணத்தை "அப்ரமேயம்" என்று அழைப்பர். அறிவினைப் புகட்டும் எந்த ஒரு கருவியின் பொருள் அல்ல ஆத்மா.

3. மூன்றாவது அம்சம் என்னவென்றால், நீக்கமற நிறை ஆத்மா என்பது ஒன்றே. பல ஆத்மாக்கள் என்று இல்லை. அந்த ஒரே ஒரு ஆத்மா மட்டுமே அனைத்து உடல்கள், அனைத்து உயிர்கள், மனங்கள் மற்றும் இந்த அனைத்து பொறி புலன்களுக்குப் பின்னால் உள்ள உணர்வு. ஏகம் என்ற சொல் அனேஜத் ஏகம் என்று உபநிடதம் முதல் வரியில் உரைக்கிறது.

4. நான்காவதாக உபநிடதம், மாதரிஸ்வா, அபஹ என்ற சொற்களைப் பயன்படுத்துகிறது. மாதரிஸ்வா என்றால் நகரும் (ஸ்வயதி) - காற்று, அனைத்து உயிரினங்களிலும் செயல்படும் கொள்கை என்று பொருள். இவ்வுலகின் அனைத்து காரண விளைவுகளை, நெய்த ஆடையில் பிணைக்கப்பட்ட நூலிழை போன்று சார்ந்திருந்து இவ்வுலகின் அடிப்படை ஆதாரமாகத் திகழ்வதே ஆத்மா. "அபஹ" என்ற சொல் ஒளியின் ஒளியாய, அசைவின் அசைவாய், உயிரின் உயிராய் இருப்பது என்ற பொருள். அண்டங்களின் ஆதாரமாய் இருக்கும் அந்த இயக்கமே ஆத்மா எனப்பொருள். எந்த ஒரு இயக்கம் நடைபெற வேண்டுமானால், இயங்காத ஒன்று அதற்கு ஆதாரமாக இருக்க வேண்டும். ரயில் ஓட வேண்டும் என்றால், அசையாத தண்டவாளம் வேண்டும். திரைப்படம் இயங்க அசையா திரை தேவை. அவ்வாறே இவ்வுலக அனத்து இயக்கத்திற்கும் அசைவிலா ஆத்மா ஆதாரமாக (ஜகத் ஆதிஷ்டானம், விஸவாதாரம்) உள்ளது.

இக்கருத்தினையே இந்த நான்காவது மந்திரம் பிரதிபலிக்கிறது.

5

எங்கே கடவுள் ?

மந்திரம்

तदेजति तन्नैजति तद्दूरे तद्वन्तिके ।
तदन्तरस्य सर्वस्य तद् सर्वस्यास्य बाह्यतः ॥ ५ ॥

ஒலிபெயர்ப்பு

ததே"ஜதி தன்னேஜ'தி தத்தூரே தத்வம்'திகே |
ததம்தர'ஸ்ய ஸர்வ'ஸ்ய தது ஸர்வ'ஸ்யாஸ்ய பாஹ்யதஃ ||

மொழிபெயர்ப்பு

அசைவோடும் அசைவிலாமலும்
நமைக் கடந்தும் நமதருகிலும்
நமதுள்ளும் நீக்கமறவும் நிறை
ஆன்மாவாம் நமை நாம் அறிவோம்

விளக்கவுரை

1. இந்த மந்திரத்தின் முதல் வரியை எடுத்துக் கொள்வோம். இது இரண்டு பகுதிகளைக் கொண்டுள்ளது. "தத் ஏஜதி, தத் ந ஏஜதி" - அது அசையும்; எனினும் அது அசயாது". முரண்பாடான இந்த கருத்துகளை இரண்டு வெவ்வேறு கோணங்களில் இருந்து பார்த்தால் நமது சந்தேகம் தீர்க்கப்படலாம்.

வானத்தில் உள்ள சூரியனை கீழே ஒரு கண்ணாடி வைத்துப் பாரக்கும் போது, நமக்கு இரண்டு சூரியன்கள் தெரிகிறதல்லவா. ஒரு அசல் கண்ணாடியில் நகலாக பிரதிபலிக்கிறது. இப்பொழுது அந்த கண்ணாடியை ஒரு இடத்திலிருந்து இன்னொரு இடத்திற்கு நகற்றும் போது, அசல் நகராது, நகல் நகரும். ஒரு இடத்திலிருந்து இன்னொரு இடத்திற்குச் செல்லும்போது, பிரதிபலித்த சூரியனும் கண்ணாடியுடன் சேர்ந்து பயணிக்கிறார். எனவே "BIMBA -Sūryaḥ Tiṣṭhati, Pratibimba - Calati".

இதேபோல், நீக்கமற நிறை ஆத்மா அசையாதது. அந்த ஆத்மா, உடல் மன வளாகமெனும் கண்ணாடியில் பிரதிபலிக்கும் போது, உடல் மன வளாகம் போகு- மிடமெல்லாம் நகர்வது போல தெரிகிறது. இப்பிரதிபலிப்பை "சித்தபாஸா" எனக் கூறுகிறார்கள்.

இப்போது இந்த மந்திரத்தில் கூறப்படும் ஆத்மாவின் அடுத்த குணத்தைப் பார்ப்போம். "தத் த்யூரே தத் அந்திகே". அது கடந்திருக்கும் ; எனினும் அது அருகில் உள்ளது. அதாவாத நம்மைக் கடந்தும் இருக்கும், நம் அருகிலும் இருக்- கும்.

மறுபடியும் முரண்பாடான இரு கருத்துக்கள். இப்போது எப்படி இந்த முரண்- பாடு தீர்க்கப்பட வேண்டும்? ஆதி சங்கரர் என்ன சொல்லுகிறார் என்று பார்ப்- போம்.

"ஆத்மா நம்மைக் கடந்துமில்லை. நம் அருகிலும் இல்லை. ஏன்? ஏனெனில் அந்த ஆத்மா ஏ நான் தான். ஆத்மாவே நானாக இருக்- கும் போது, அருகாமையோ அல்லது தொலைவிலோ என்றபேச்சுக்கு இடமே இல்லை! இதையறியாமல் ஆத்மாவைத் தேடித்திரியும் அறி- விலிகளுக்கு ஆத்மா கிட்டாது. தேடத்தேட வெகு அருகில் இருந்த அது வெகு தொலைவில் உள்ளது போலத் தெரியும். ஏனெனில் அந்த அறிவிலிகள், ஆத்மாவை ஒரு பொருளாகப் பார்ப்தால் தான் இந்த முரண்பாடு."

2. இப்போது மந்திரத்தின் இரண்டாவது வரியை எடுத்து கொள்வோம். "தத் அந்தரஸ்ய ஸர்வஸய; தத்யு ஸர்வஸ்யாஸ்ய பாஹ்யதஹ".

இந்த வரி மேலும் ஆத்மாவின் இரண்டு பண்புகளை வெளிப்- படுத்துகிறது.

முதல் பண்பு - ஆத்மா நம் அனைவரும் உள்ளே இருக்கிறது. அது நம்முள்ளே ஒரு உருப்பாகவோ அல்லது உடலின் ஒரு பாகத்திலோ இருப்பதில்லை. உடல் மன வளாகம் முழுதும் ஊடுருவி உய்வித்து உயிரூட்டி உடல் போன பின்னும் நிலைத்திருக்கும் உணர்வு.

இரண்டாம் பண்பு - அறையில் உள்ளேயும், அறையின் வெளியே இருக்கும் வெளி (விண்வெளி - space) போல், ஆத்மா நம்மைக் கடந்தும் இருக்கும்.

நம்மைக் கடந்தும், நம்முள்ளுறைந்தும் இருப்பதனாலேதான், தமிழில் ஆத்மா-வான அந்தப் பரம்பொருளைக் கடவுள் என்று கூறுகிறோம்.

திருமூலர் இக்கருத்தினையே

ஆதியுமாய், அரனாய், உடலுள் நின்ற
வேதியுமாய் விரிந்து ஆர்ந்து இருந்தான் அருள்
சோதியுமாய்ச் சுருங்காதது ஓர் தன்மையுள்
நீதியுமாய் நித்தம் ஆகி நின்றானே.

என திருமந்திரத்தில் உரைக்கிறார். அதனை உணராதோரை நோக்கின்,

ஆழ்ஏரி, திகில்வனம், உயர்மலை நுழைந்து
ஆம்பல் தேடி அலைந்தனரே மதிகெட்ட மக்கள்
அவர்தம் இதயக்கமலம்தனை அறியாமல் !
அடையலாமே பேரின்பம் இவ்விடமே!
அந்தோ! என் சொல்வேன் உமைநாதா!

என ஆதி சங்கரர் சிவானந்த லகரியில் எழுதியது ஞாபகம் வருகிறது.

இருக்கும் இடத்தை விட்டு இல்லாத இடம் தேடி, பிச்சைப் பாத்திரம் ஏந்தி எங்கெங்கோ அலைகிறோம். ஆகவே மடமை தவிர்த்து, நம்முள்ளே உறையும் இறையெனும் ஆன்மாவைக் காண்போம் நாம்.

இதுவே இப் பண்ணின் சாரம்

6

பொன் ஒன்று கண்டேன், பொன் அங்கு இல்லை

முன்னுரை

இந்த மந்திரத்தைப் பார்க்கும் முன்பு, வாருங்கள், நாம் ஒரு பெரிய நகை கடைக்குச் சென்று அங்கு வியாபாரத்திற்கு வைக்கப்பட்ட பல்வேறு வகை தங்க ஆபரணங்களைப் பார்க்கலாம்.

நில்லுங்கள்! கடையில் நுழையும் முன் இத்தருணம் கிராமங்களில் விளையாட்-டாகக் கூறும் ஒரு வார்த்தை எனக்கு ஞாபகம் வருகிறது. "கல்லைக் கண்டால் நாயைக் காணோம்; நாயைக் கண்டால் கல்லைக் காணோம்".

இது என்ன ! நகைக் கடையில் வந்து நாய்-கல் என்று உளறல்! இதன் அர்த்-தம் தான் என்ன ! கவலை வேண்டாம். கடையில் நாம் பார்க்கும் பார்வையில் இரு வகைகள் உள்ளன. அதனையே நான் நினைவு கூறினேன். அவை என்ன-வென்று பார்க்கலாம்.

வளையல்கள், கழுத்திலணியும் மாலைகள், ஒட்டியானங்கள், மோதிரங்கள, -அடேயப்பா வித விதமான ஆபரணங்கள். இவைகள் அனைத்தும் தங்கத்தால் செய்யப்பட்டவை. தங்கம் காரணம், வளையல் விளைவு (காரியம்). வளையல்க-ளின் ஆதாரம் தங்கம். அந்தக்கடையில் இருக்கும் அனைத்து ஆபரணங்களுக்-கும் (வளையல்கள், ஒட்டியானங்கள், கழுத்தனிகள், மோதிரங்கள்,....) ஆதாரம் தங்கம். வளையல்கள், ஒட்டியானங்கள், கழுத்தனிகள் ... இவையனைத்தும் நாம்

கொடுத்த பெயர்களும், வடிவங்களும் (நாம ரூப பேதங்கள்) தான். தங்கத்தை ஆதாரமாக வைத்து பலவித ஆபரணங்களை நாம் காண்கிறோம். அதாவது, காரி-யங்களின் (விளைவுகளின்) ஆதாரம் காரணம். நீங்கள் வாங்குவது ஆபரணங்-களை; தங்கத்தை அல்ல. இந்தக் கண்ணோட்டத்திற்கு சர்வ ஆதார நோக்கு என்று பெயர்.

இப்போது இந்த ஆபரணங்களை மற்றொரு கண்ணோட்டத்தில் பார்க்கலாம். தங்கம்தான் இந்த அனைத்து ஆபரணங்களில் இருக்கிறது. தங்கம்தான் பலவகை ஆபரணங்களாக உள்ளது. அதாவது வளையல், ஒட்டியானம், மாலை, மோதிரம் எனும் அந்த நாம ரூப பேதங்களை நீக்கிப் பார்த்தால் அவை வெறும் தங்கமே. நீங்கள் வாங்குவது தங்கத்தைதான்; ஆபரணங்களை அல்ல. இந்தக் கண்ணோட்-டத்திற்கு **சர்வ சார நோக்கு** என்று பெயர்.

ஆபரணங்களைப் பார்த்தால் தங்கம் தெரிவதில்லை; தங்கத்தைப் பார்த்தால் ஆபரணங்கள் தெரிவதில்லை. பொன் எனும் நகையைக் கண்டால் அங்கு பொன் இல்லை. நகையினுள் உள்ள பொன்னைக் கண்டால் பொன் எனும் நகையில்லை. கல்லைக்கண்டால் நாயைக்காணோம; நாயைக் கண்டால் கல்லைக் காணோம். இப்பொழுது புரிகிறதா, எப்படி ஆழ்ந்த வேதாந்த தத்துவத்தை நம் கிராமத்தில் அனைவருக்கும் புரியும் வண்ணம் கூறுகிறார்கள் என்று. எதைத் தேடுகிறோமோ அது நமது பார்வையைப் பொருத்தது.

வாருங்கள், நகைக் கடையை விட்டுவிட்டு நம்மை நாம் தேடுவோம்.

மந்திரம்

यस्तु सर्वाणि भूतान्यात्मन्येवानुपश्यति ।
सर्वभूतेषु चात्मानं ततो न विजुगुप्सते ॥ ६ ॥

ஒலிபெயர்ப்பு

யஸ்து ஸர்வா''ணி பூதான்யாத்மன்யேவானுபஸ்ய'தி |
ஸர்வபூதேஷு' சாத்மானம் ததோ ந விஹ்ரு'குப்ஸதே ||

மொழிபெயர்ப்பு

அனைத்தை ஆன்மாவிலும்
ஆன்மாவை அனைத்திலும்
எவனொருவன் காண்பனோ
அவனே மும்மல பயமிலான்

விளக்கவுரை

சுவாமி சின்மயானந்தா தனது விரிவுரைகளில் இந்த மந்திரத்தின் அற்புதத்தை விளக்குகிறார்.

1. பார்வை ஒன்றே போதுமே

"ரிஷகளும், முனிவர்களும் நமக்கு வாழ்க்கையில் நமை அறியும் பார்வைதனை அளிக்கின்றனர் இம்மந்திரத்தில். பகவத்கீதையிலும் கண்ணன் இப்பார்வைதனை விளக்குகின்றான். மெய்யறிவு பெற்ற ஒருவரின் சிறப்பியல்பு என்னவெனில், அவரது கண்ணோக்கு அவரது உடல் மன வளாகம்தாண்டி எல்லையற்றதாகிவிடும். அத்தகையவரின் கண்ணோக்கில் நம் போன்ற மானிடர்கள் இவ்வுலகினைக் காண்பது என்பது இயலாத ஒன்று. பரந்த அக்கண்ணோட்டத்தில், நாணயத்தின் இரு பக்கங்கள் போல இருவகைகள் உள்ளன:

1. அனைத்தையும் இறைவனில் காண்பது
2. இறைவனை அனைத்திலும் காண்பது.

எனவே, விரிவாக்கப்பட்ட "அப்பார்வை நாணயத்தின்" இரு பக்கங்களும் அனைத்து உயிரினங்களின் சமத்துவத்தை நமக்கு விளக்குகின்றன. பொய்யும் மெய்யும் பொன்னார் மேனியனே என்பர் மெய்யணர்ந்தோர். உண்மையான சமத்துவம் என்பது உணரப்பட்ட அம்மெய்யுணர்ந்தோரின் பெட்டகம். மன உடல் வளா

கமதனில் கட்டுண்ட மானிடராம் நமக்கு அப்பெட்டகத்திற்கு அனுமதி இல்லை.

மன உடல் வளாகமதில் கட்டுண்டால் நாம் பலதரப்பட்ட கருத்துக்கண்-ணோட்டங்களைக் கொள்கிறோம். நமது தனிப்பட்ட மனம் அல்லது உடல் ரீதியி-லான விஷயங்களிலிருந்து மற்ற விஷயங்களை நாம் காணும்போது, அனைத்து வகையான ஏற்றத்தாழ்வுகளும் மேற்பரப்பில் தொடங்குகின்றன. ஞானியர் கண்ட அந்த இறையெனும் சமத்துவம் இப்பொழுது வேற்றுமையுடன் (நான், அவன், அவள், அது, இது, என், உன், பருமன், உயரம், வண்ணம்....) காட்சி கொடுக்-கிறது.

ஆக, உடல் மன வளாக தனித்துவத்திலிருந்து கொண்டு, கோட்பாட்டளவில் தவிர, மெய்யறிந்தோர் காணும் சமத்துவம் என்னவென்று என்பது மானிடரின் கற்-பனைக்கு எட்டாதது. அதுபோல, மெய்யறிந்தோர் உலகளாவிய நிலையிலிருந்து சமத்துவமில்லாமல் வேற்றுமை என்னவென்பது தம் சொந்த அறியாமையின் நாட்-களின் நினைவுகளை தவிர வேறென்னவென்று கற்பனை செய்வது கடினம்''.

அனைத்தும் ஆன்மாவில்; ஆன்மாவே அனைத்திலும் என்று உபநிடதம் கூறு-கிறது. இதற்கு என்ன அர்த்தம்? பதில் தெரிய, முன்னுரையில் கூறிய நகைக்க-டைக்கு செல்ல வேண்டும்.

அனைத்தும் ஆன்மாவில் என்பது சர்வ ஆதார நோக்கு. ஆன்மாவே அனைத்திலும் என்பது சர்வ சார நோக்கு. காரண-விளைவுகளுக்கு (காரண காரிய) மட்டுமே இவ்வுறவு சாத்தியம்.

எனவே, உபநிடதம் கூறுகிறது:

1. சர்வானி பூதானி ஆத்மானி அனுபஷ்யதி என்றால் அனைத்திற்கும் ஆதாரமாக, காரணமாக ஆத்மாவைக் காண்பது என்று பொருள்.
2. சர்வ பூதேஸு ச ஆத்மானாம் அனுபஷ்யதி - அனைத்துள்ளும் அனைத்தின் சாரமுமாய் ஆத்மாவைக்காண்பது என்று பொருள்.

இவ்விரண்டிலும் காரண-காரிய உறவினைப் பார்க்கின்றனர் (பஷ்யதி) மெய்-யறிவு தேடும் அறிஞர்கள். உபநிடதம் அனுபஷ்யதி என்ற சொல்லை உபயோ-கப்படுத்துகிறது. இதன் முக்கியத்துவத்தை விளக்குகையில் '' அனு என்ற வாரத்-தைக்கு குருவின் உபதேசம் பெற்று என்று எடுத்துக்கொள்ள வேண்டும் '' என சுவாமி பரமார்த்தானந்தா கூறுகிறார்.

2. சுருங்கி மறையும் சுழல் பிணி

அடுத்து உபநிடம் கூறும் விஜுகுப்ஸதே என்ற சொல்லின் உட்கருத்தை காணலாம். இத்தருணத்தில், கைவல்ய உபநடத்திலிருந்து ஒரு மந்திரத்தைப் பார்க்கலாம்.

"மையேவ சகலம் ஜாதம் மயி சர்வம் ப்ரதிஷ்ட்டிதம்
மயி சர்வம் லயம் ....(கைவல்ய உபநிடம் 19)

mayyeva sakalaṃ jātaṃ Mayi Sarvam pratiṣṭhitam.
Mayi Sarvam layaṃ ....[Kaivalya Upanishad , 19]"

அனைத்து படைப்புகளும் என்னிடமிருந்தே, என்னுள்ளே அவை அடக்கம், என்னுள்ளே அவை அழியும். எப்படி கனவு உலகம் என்னிலிருந்து உருவாகி, என்னிடம் அடங்கி, அழிகிறதோ விழிப்புலகமும் அப்படியே. கனவுலகம் படைப்பது தூக்கம். விழிப்புலகம் படைப்பது மாயை. இரண்டுமே என் சக்திகள் தாம் என்று கைவல்ய உபநிடம் கூறுகிறது. இக்கருத்தையே நாம் இப்பொழுது கற்ற முதல் வரி வலியுறுத்துகிறது. எவரொருவர் இக்கருத்தினை அறிந்து உள்வாங்கி நடப்பரோ, அவருக்கு பிறவிப்பிணி எனும் பிறப்பு இறப்பு சுழலிருந்து வரும் பாதுகாப்பின்மை சுருங்கி மறையும். இதுவே இந்த "விஜுகுப்ஸதே" என்ற சொல்லின் விளக்கம்.

இந்த பாதுகாப்பின்மை நமக்கு குழந்தைப் பருவத்திலிருந்தே வருகிறது. படிப்படியாக அது உயரந்து, நம்மை பொருட்களின் பின்னே அலைய வைக்கிறது. பொன், பொருள், பதவி, புகழ் என்று அப்பொருட்களின் பட்டியல் அதிகரித்துக் கொண்டே போகிறது. அவற்றை விட்டு விட்டால் நம்மால் இருக்க முடியாது என்ற அச்சம் ஆழமாய் வேரூன்றுகிறது. இறுகப் பற்றுகின்றோம், விட மறுக்கிறோம். உடல் மன வளாகமே நாம் என்ற அறியாமை இருக்கும் வரை இந்த பற்று இருக்கும். அந்த பற்றின் மேல் நமக்கு அவ்வளவு நம்பிக்கை! நம்பிக்கை என்றால் நாமெல்லாம் நினைப்பது கைவிடாத தன்மையென்று. சற்று சிந்தித்துப் பாருங்கள். நாம் நீந்த முயலும் போது முதலில் மூழ்கி விடுவோம் என்ற அச்சம் வருகிறதல்லவா? அதற்காக நீரினைக் கெட்டியாகப் பிடித்துக் கொள்ள முடியமா? அப்படிச்செய்தால், மூழ்குவது உறுதி. மிதப்பதற்கு நாம் என்ன செய்கிறோம்? கை கால்களைத் தளர்த்தி அச்சம் தவிரத்து நீரை இறுகிப்பற்றாமல், மூச்சினை கட்டுப்படுத்தி நீரில் மிதக்கமுயல்கிறோம் அல்லவா. ஆகையினால் நம்பிக்கை என்பது கைவிடாத தன்மையல்ல; அச்சம் தவிர்த்து, அநாவசியமான பற்றை கைவிடுவதே. பற்றின்மை என்றால் எதுவுமே உங்கள் சொந்தமில்லை என்று அர்த்தமில்லை; எதுவுமே உங்களைச் சொந்தம் கொண்டாடக் கூடாது என்பதே.

என்னை ஒரு பொருளாகப் பார்த்தால், எனக்கு எப்பொழுதும் பாதுகாப்பின்மை என்ற அச்சம். என்னை நான் அறிந்தால் (நீக்கமற நிறை இறையே நான் என்ற மெய்யறிவு) அச்சம் என்பது ஏதுமில்லை. என்னை அலையாக நான் பாரத்தால், எனக்கு தோற்றம், மறைவு என்பது உறுதி. என்னை நான் நீராகப் பாரத்தால் நான் தான் அலை, நான் தான் கடல், எனக்கு அழிவென்பதே இல்லை. என்னை உடல்மன வளாகத்தின் உறையும் ஒரு உணர்வென (ஜீவன்) நான் உணர்ந்தால் எனக்கு பிறப்பு இறப்பு சுழலெனும் பிறவிப் பிணி தவிர்க்க இயலாத்து. என்னை நீக்கமற நிறைந்த மெய்ப்பொருளாம் இறையென, நான் உணர்ந்தால் பிறவிப்பிணி-யிலிருந்து நான் விடுபட்டவனாவேன்.

என்னை "அனாத்மா"வாக நான் உணர்ந்தால் பிறவிப்பிணி. என்னை ஆத்-மாவாக நான் உணர்ந்தால் விடுப்பு. இது "விஜுகுப்ஸதே" என்ற சொல்லின் மற்-றுமொரு விளக்கம்.

3. வெறுப்பிலா சமநோக்கு

ஆதி சங்கரர் இன்னும் ஒரு விளக்கம் கொடுக்கிறார். என்னவென்று பார்ப்-போம்.

சமஸ்க்ருத மொழியில் "ஜுகுப்ஸா" என்றால் வெறுப்பு என்று ஒரு அரத்தம். "ந ஜுகுப்ஸா" என்றால் வெறுப்பில்லை எனப்பொருள். கருத்துக்கள் முரண்-பாடாக இருப்பினும் அக்கருத்துக்களை உடையோர் அனைவரும் விளைவுகளே (காரியங்களே); காரணம் அனைத்திலும் ஒன்றே என்று ஞானிகளுக்குத் தெரியும். ஆகையினால் ஞானிகள் எவரையும் வெறுப்பதில்லை. ஒரு தாய் ஒரு குழந்-தையின் நடத்தையை நிராகரிக்கலாம். ஆனால் அக்குழந்தையின் மேல் வெறுப்பு என்பது ஒரு தாயின் அகராதியில் இல்லை. எனவே மெய்யறிவின் பலன், வெறுப்-பிலா சமநோக்குப் பார்வை என ஆதி சங்கரர் இச்சொல்லின் மற்றொரு மகி-மையை விளக்குகிறார்.

முடிவுரை

இரண்டு எளிய வரிகளில், எத்துனை தத்துவ உள்ளடக்கம். வேதம் நிறைந்த நம்நாடு என்பது பாரதி கூறியது இதுதான். இக்கருத்தினை திருமூலர் தனது திரு-மந்திரத்தில்

"அறிவு வடிவென்று அறியாத என்னை
அறிவு வடிவென்று அருள்செய்தான் நந்தி
அறிவ வடிவென்று அருளால் உணர்ந்தே
அறிவு வடிவென்று அறிந்திருந் தேனே."

பொருள் : எவற்றையும் கருவியில்லாது அறியும் ஆற்றல் உண்டு என்பதை அறியாதிருந்த என்னை, என்னுடைய இயல்பான சொரூபம் அறிவு தவிர வேறில்லை என்ற அவன் கருணையால் உணர்த்தினான். நான் அறிவு சொரூபன் என்று அவனது சத்தியால் உணர்த்தப்பட்டு உணர்ந்தபோது, நான் அறிவு வடி- வென்று அறிந்து, கருவி கரணங்களை விட்டு அறிவாகவே இருந்தேன் என எடுத்துரைக்கிறார்.

7

நீயா நானா?

<hr>

முன்னுரை:

முந்தைய மந்திரத்தில் உபநிடதம், அனைத்தை ஆன்மாவிலும், ஆன்மாவை அனைத்திலும் எவனொருவன் காண்பனோ அவனே மும்மல பயமிலான் என்று கூறியது. விளக்கவுரையில் நாம், ஆத்மாவை இருவகையான பார்வைகளால் பார்த்து அவைகளின் காரண-காரிய (விளைவு) உறவினையும் கண்டோம். அதா- வது ஆத்மா, மற்ற அனைத்தும் (அனாத்மா) உறவினைக் கண்டோம். உறவு என்- றாலே இருமை வந்துவிட்டது. ஏன்? எந்தவொரு உறவுக்கும் இரண்டு உறுப்பினர்- கள் தேவைப்படுகிறார்கள். இந்த இருமை, ஒருமையை வலியுறுத்தும் அத்வைத வேதாந்தத்திற்கு முரணாக உள்ளதே! இது எங்கனம் என வினா நம்முள் எழும்.

இந்த மந்திரத்தில் உபநிடதம் நமக்கு இதற்கு பதில் கிடைக்கிறது. உண்மையில் காரணம்-காரியம் என்ற இருமை, தனித்தனி விஷயங்கள் அல்ல. அவை நாம் பயன்படுத்தும் இரு சொற்களே. தீர விசாரித்தால் தங்கமும் வளையலும் ஒன்று போல, காரண காரியம் இரண்டும் ஒன்றே என்று நாம் அறிந்து கொள்வோம். தங்கம் இங்கு உள்ளது, வளையல் அங்கு உள்ளது என்றெல்லாம் சுட்டிக்காட்ட இயலாது. ஏனெனில் தங்கமில்லாமல் வளையலுக்கு தனி இருப்பு இல்லை. (There is no separate existence for bangle without gold). பின்னர் வளையல் என்றால் என்ன? இது தங்கத்திற்கான மற்றொரு பெயர். சில நிபந்- தனைகளின் கீழ், தங்கம் தான், ஆபரணங்கள் என்று அழைக்கப்படுகிறது. அவை இரண்டிற்கும் என்ன உறவு? பதிலுக்காக நாம் காரண காரிய உறவு எனக்கூற- லாம். ஆனால் அந்த உறவை தனித்தனியாக காண இயலாது. அவை இரண்டும் தனித்தனி நிறுவனங்கள் அல்ல. அவைகளுக்கிடையே தனி ஒப்பந்தம் ஏதும் ஒன்-

றுமில்லை. ஒரு பொருளுக்கு கொடுக்கப்பட்ட இரு சொற்கள், அவ்வளவு தான்.

அதுபோல ஆத்மா-அநாத்மா என்பது இருமை அல்ல. இரண்டும் ஒன்றி-னையே (தங்கத்தையே, ஆத்மாவையே) குறிக்கும். இக்கருத்தை இந்த மந்திரம் விளக்குகிறது. வாருங்கள், படிப்போம்.

மந்திரம்

यस्मन्सिर्वाणि भूतान्यात्मैवाभूद्वविजानतः ।
तत्र को मोहः कः शोक एकत्वमनुपश्यतः ॥ ७ ॥

ஒலிபெயர்ப்பு

யஸ்மின்ஸர்வா''ணி பூதான்யாத்மைவாபூ''த்விஜானதஃ |
தத்ர கோ மோஹஃ கஃ ஶோகஃ' ஏகத்வம'னுபஶ்ய'தஃ ||

மொழிபெயர்ப்பு

அனைத்தையும் தன் ஆன்மாவாய்
அனைத்திலும் தன் ஆன்மாவை
எவனொருவன் பகுத்து அறிவானோ
அவ்வொருமை காண் அவனுக்கு
மருட்சியும் துயரும் என்ன உள ?

விளக்கவுரை

அனைத்து உயிரினங்களின் வேற்றுமையில் ஒற்றுமையின் அனுபவம் ஒருவ-ருக்கு விலைமதிப்பற்ற மெய்யறிவால் வருகிறது. முந்தைய மந்திரத்தில் இது குறிப்-பிடப்பட்டது. அம்மெய்யறிவு, நம்மை

1. வெறுப்பிலிருந்து விடுவிக்கின்றது.
2. அனைத்தையும் இருமையாக காணும் மருட்சியிலிருந்து மீட்கிறது.

3. மருட்சியால், "கண்டதே காட்சி கொண்டதே கோலம்" என வாழ்ந்து பிறவிச்சுழலில் சுற்றி அல்லலுறும் நம் பிறவிப்பிணி தீர்த்து உய்விக்கிறது.

இந்த ஒருமையின் அனுபவத்தால், நமக்கு கீழ்வரும் நல்விளைவுகள் பின்-தொடர்கின்றன:

1. பொருட்களை என்னுடையது, உன்னுடையது, என்னுடையதல்ல என்று பார்ப்பதில்லை.
2. அழுக்காறு, அவா, வெகுளி, இன்னாச்சொல் இவையனைத்தும் மறையும்.
3. இன்ப துன்பங்களைக் கடந்து ஒருமுகப்பட்ட சிந்தனை வளரும்.
4. காண்பவன், காண்பவை, காட்சி எனும மூவர் இனி இல்லை.
5. இருமை மறைந்து அலையும்நீரே, கடலும் நீரே என்ற உள்ளணர்வு தோன்றும்.

இதுவே இந்த மந்திரத்தின் சாராம்சம்.

புறநானூறுப்பதியில் கணியன் பூங்குன்றனாரின் "யாதும் ஊரே யாவரும் கேளிர்" என்ற வரிகள் இத்தத்துவத்தை அடிப்படையாக் கொண்டதே எனக் கூறி-னால் அது மிகையாகாது.

ஆன்ம அறிவு, பேரறிவின் வழியாயது என்று உணர்ந்து அதனிடம் அன்பு செலுத்துங்கள். அப்போது அகண்டாகாரம் பேரறிவுப் பொருளாய சிவமும் உங்கள் அறிவில் பொருந்துவான். உங்கள் அறிவு அவன் அறிவாக அமையின் அணிமாதி சித்திகள் தாமே பொருந்தும். அப்போது சிவன் உங்களது அறிவைத் தன்னறிவாகத் திருவுள்ளத்தில் கொண்டனன் என்பது விளங்கும் என திருமூலர் திருமந்திரத்தில் கூறுகிறார்

"அறிவுஅறி வாக அறிந்துஅன்பு செய்மின்
அறிவுஅறி வாக அறியும்இவ் வண்ணம்
அறிவுஅறி வாக அணிமாதி சித்தி
அறிவுஅறி வாக அறிந்தனன் நந்தியே."

எனவே நம்மை நாம் அறிவோம். அறிந்து அன்புடன் வாழ்வோம்.

8

நான் அவனே

முன்னுரை

சொற்களின் அர்த்தமுள்ள தொடர்களின் அடிப்படையில் நித்தியமான ஆத்-மாவின் விரிவான விளக்கத்தை இந்த மந்திரம் அளிக்கிறது.

குறுகிய இனிமையான சொற்களால் நம்முள் உறை ஆத்மாவை கோடியிட்டு காட்டுகிறது. மெய்யறிவே, பிறவிப்பிணி தீர்த்து வீடுபேறு அடைவதற்கான ஒரே வழி என்ற அடிப்படை தத்துவத்தை வலுப்படுத்துகிறது இந்த மந்திரம்.

மேலும், பிறவிப்பிணி என்பதை மூன்று வகையாக காட்டுகிறது.

1. மோகம் - இதனை ஏங்குவது என்றும் கூறலாம். அதாவது, நமது உணர்ச்சிகள் வழி அமைதி, பாதுகாப்பு, மகிழ்ச்சி இவற்றிற்காக நாம் படும் ஏக்கம்

2. சோகம் - மேற்கூறிய ஏக்கங்கள் வழியாக வரும் துக்கங்கள்.

3. ஜுகுப்சம் - துக்கங்கள் வழி வரும் பாதுகாப்பின்மை உணர்வு.

ஆத்மாவின் ஸ்வரூபம், குணங்களை விவரிக்கும் இந்த மந்திரம், ஜீவாத்மா-பரமாத்மா ஐக்கியம் எனும் வேதவாக்கினையும் மறைமுகமாக கோடிட்டு காட்டுகி-றது.

இந்த மந்திரத்தை இப்பொழுது பாரக்கலாம்.

மந்திரம்

ஸ பர்யகாச்சுக்ரமகாயமவ்ரணமஸ்னாவரிஂஶுத்தம் அபாபவித்தம் ।
கவிர்மனீஷீ பரிபூ: ஸ்வயம்பூர்யாதாத்யதோऽர்தான்வ்யததாச்சாஶ்வதீப்ய:
ஸமாப்ய: ॥ ௮ ॥

ஒலிபெயர்ப்பு

ஸபர்ய'காச்சுக்ரம்'காயம்'ப்ரணம்'ஸ்னாவிரக்॑ம் ஸௗத்தமபா''பவித்தம் ।

கவிர்ம'னீஷீ ப'ரிபூஂ ஸ்வ'யம்பூ-ர்யா''தாத்யதோஉர்தான் வ்ய'ததாச்சாஶ்வதீப்யஂ

ஸமா''ப்யஂ ॥

மொழிபெயர்ப்பு

உறையிலா, புண்படா, தசைநாரிலா, வினைகெடா, மாசிலா,

நிலையாய், நீக்கமற நிறை ஒளிமிகு தூய உயிர்நிலையாம் நானே (ஆன்மாவே)

அனத்துமறியும், தொலைநோக்கும், மனந்தூண்டும்,

அண்டம்பேணும், அனைத்தும் காக்கும் கடவுளாம் (கட உள்ளாம்)

விளக்கவுரை

முதல்   வரியை   எடுத்துக்   கொள்வோம்.   ஸ

பர்யகாச்ச்ச்ச்குகாயமகாயமவ்ரணமஸ்னஶிரிஂஶுத்தம்

இந்த நீளமான சொற்தொடரில் பல சொற்கள் அடங்கியுள்ளன. எனவே இந்த
தொடரை முதலில் பிரிப்போம்

ஸ: = அது. இங்கே முந்தைய மந்திரத்தில் கூறப்பட்ட ஆத்மா என று
பொருள்.

பர்யகாச்சுக்ரமகாயமவ்ரணமஸ்னாவரிஂஶுத்தம் = பர்யகாத் + ஶுக்ரம் +
அகாயம் + அவ்ரணம் + அஸ்னாவரிம்+ ஶுத்தம்

1. பர்யகாத் - பர்யாகத் - நீக்கமற - இங்கு ஆத்மா என்பது ஆகாயத்தைப்
   போல் நீக்கமற எங்கும் நிறைந்தது எனப் பொருள்.

2. ஶுக்ரஸ - śukram: தூய; அதாவது ஆத்மாவனது மிளிரும் ஒளிமயமாணது
   ATMAN ஆகையால் பிரகாசமாக இருக்கிறது, மீண்டும் வருகிறது.

3. अकायम् - अ + कायम् - ஆத்மா நுன்னுடல் அல்ல

4. अव्रणम् - अ + व्रणम् - களங்கமிலா, காயப்படாத, வடுவிலா. இந்த சொல்லுக்கு, ஆத்மா களங்கமில்லாதது என்று பொருள்.

5. अस्नावरिम् - अ + स्नावम् - நாரிலா, தசைநாரிலா. அதாவது ஆத்மா பரு உடல் அல்ல என்று பொருள்.

6. सद्धम् - śuddham: மாசில, தூய, அறியாமையிலா. இதற்கு ஆத்மா காரண உடலுமல்ல எனப் பொருள்.

अपापवद्धिम् - வினை கெடா. ஆத்மா நாம் புரியும் வினைகளுக்கு அப்-பாற்பட்டது. வினைகள் ஆத்மாவை களங்கப் படுத்தாது.

இப்போது இரண்டாவது வாக்கியத்தை எடுப்போம்: कवर्मिनीषी परभिः स्ययम्भूर्याथातथ्यतोऽर्थान्व्यदधाच्छाश्वतीभ्यः समाभ्यः

இவ்வாக்கியத்தின் பொருள் விளங்க முதல் சொற்றொடர் போல், சொற்களைப் பிரித்துப் பார்க்கலாம்.

कवर्मिनीषी = कवि: + मनीषी = ஞானி/அறிவாளி/அனைத்தும் அறிந்த + சிந்தனை நிறைந்த/மனதை தூண்டும்.

இவ்விரண்டு சொற்கள் கூறுவது - ஆத்மா அனைத்தும் அறிந்தது, சர்வ வல்லமை உடையது (Omniscient and Omnipotent).

परभिः: - சுற்றி இருப்பது/பரவலாக இருப்பது/'எல்லாவற்றிற்கும் மேலாக இருப்-பது'. அதாவது ஆத்மா எங்கும், எதிலும் நீக்கமற நிறைவது எனப் பொருள்.

அடுத்த சொற்றொடரைப் பிரித்தால் நமக்கு கிடைப்பது:

स्ययम्भूर्याथातथ्यतोऽर्थान्व्यदधाच्छाश्वतीभ्यः = स्वयम्भू: + यथातथ्यतस् + अर्थान् + व्यदधात् + शाश्वतीभ्यः

1. स्वयम्भू: - ஆதியும் அந்தமும் இல்லாதது

2. यथातथ्यतस् - உண்மையிலிருந்து/உண்மையில். இங்கே உரிய/பொருத்தமான/சரியான என்ற பொருள்.

3. अर्थान् - நோக்கங்கள்/காரணங்கள்/விஷயங்கள்/பொருள்கள்/பயன்கள். இங்கே ப்ரபஞ்சங்களை/அண்டங்களை ஆளும்/நிர்வகிக்கும் கடமைகள் என்று கொள்ள வேண்டும்

4. व्यदधात् - விநியோகி, ஒதுக்கீடு.

5. **साश्वतीभ्यः** - அனைவருக்கும். அதாவது, அண்டங்களை ஆள்வதில் பல்வேறு பாத்திரங்களை / கடமைகளைப் புரியும் வின்னவர்கள் எனப் பொருள்.

समाभ्यः - சமஸ்க்ருத மொழியில் இச்சொல்லுக்கு பிரஜாபதி என்ற பொருள். பதினான்கு பிரஜாபாதிகள் புராணங்களில் கணக்கிடப்படுகின்றன.

பார்த்தீர்களா. ஒரே சொற்றொடரில் எத்தனை குணங்களை விவரிக்கிறது இந்த மந்திரம். இதன் மூலக் கருத்து இதோ:

ஆத்மா என்பது தன்னொளியான (ஸ்வயம் ப்ரகாஷம்) சைத்தன்யம். அது உடல் மன வளாகம் வழி, அனைத்தையும் புலப்படுத்துகிறது. எனினும் அவைகளனைத்-தும் ஆத்மாவை எவ்விதத்திலும் பாதிக்காது. மூவடலும் (பரு உடல், நுண்ணுடல், காரண உடல்) ஆத்மா அல்ல. உடலில் அது வெறும் சாட்சி மட்டுமே. அதாவது மூவுடல் தவிர்த்த சாட்சி சைத்தன்யம்.

இந்த கருத்தினை ஆதி சங்கரர் "நிர்வாண சதகம்" எனும் தனது மற்றொரு படைப்பில், இரண்டாவது மந்திரத்தில்

"உயிர்மூச்சும், உள் பரவும் ஐவகை ஆவியும் யானில்லை
உடல் ஏழு மூலமும், உயிர் மேவும் ஐவுறையும் யானில்லை
உடலொட்டிய ஐம்புலனொடு பொறியும் யானில்லை
உள்உணர்வின் பேரின்ப வடிவான சிவமே யான் சிவமே யான்"

என ஆத்மாவின் குணங்களைக் கூறுகிறார்.

கண்ணுக்குத் தெரியாத, நினைத்துப் பார்க்க முடியாத, ஆதியும், அந்தமும் இல்லாத, எந்த வகைப்பாடும் இல்லாத (வர்ணம்), நித்தியமான, எங்கும் நிறைந்த, மிகவும் நுட்பமான, அழியாத, அனைத்து உயிரினங்களின் உடல்-மன வளாகத்-தினால் பாதிக்கப்படாமல் அதனுள்ளே வெறும் சாட்சியாக உள்ள இருப்பு தான் ஆத்மா. அதுவே மெய்ப்பொருள், அதுவே பரம்பொருள் என்பதை இந்த மந்திரம் அழகாக எடுத்துரைக்கிறது.

இதனையே திருமூலர் திருமந்திரத்தில் அறிவு என அறிவுறுத்துகிறார்.

அறிவு வடிவென்று அறியாத என்னை
அறிவு வடிவென்று அருள்செய்தான் நந்தி
அறிவ வடிவென்று அருளால் உணர்ந்தே
அறிவு வடிவென்று அறிந்திருந் தேனே.

எவற்றையும் கருவியில்லாது அறியும் ஆற்றல் உண்டு என்பதை அறியாதிருந்த என்னை, என்னுடைய இயல்பான சொரூபம் அறிவு தவிர வேறில்லை என்ற அவன் கருணையால் உணர்த்தினான். நான் அறிவு சொரூபன் என்று அவனது சத்தியால் உணர்த்தப்பட்டு உணர்ந்தபோது நான் அறிவு வடிவென்று அறிந்து கருவி கரணங்களை விட்டு அறிவாகவே இருந்தேன்.

அத்தகைய அறிவு பெற்றவன் (ஆன்ம அனுபூதி பெற்றவன்) அனைத்தின் உட்பொருளையும் காண்கிறான். அவன் மனத்தை வசப்படுத்தியவன்; அனைத்து அறிவையும் உள்ளடக்கியவன்; யாரையும் சாராதவன். அனைத்துப் பொருட்களின் உண்மை இயல்பை அவன் என்றென்றைக்குமாக அறிந்திருக்கிறான். ஒவ்வொரு தோற்றத்திற்கும் பின்னால் ததும்புகின்ற இறையுணர்வைக் காண்கிறான். ஆன்-மாவை அறிந்தவன் தன்னில் திருப்தியுற்று நின்றுவிடுகிறான். அதனால் ஆன்ம அனுபூதி மற்ற அறிவுகளின் நிறைவாக, அனைத்தையும் உள்ளடக்கியதாக, மற்ற அறிவுகளைவிட உயர்ந்ததாகக் கூறப்படுகிறது. ஆன்ம அனுபூதி பெற்றவன் தன்னிலும் உலகிலும் இறையுணர்வை உணர்ந்துவிட்டதால் அவன் அதைச்-சார்ந்திருக்கிறானே தவிர பொருட்களையும் மனிதர்களையும் சார்ந்து வாழ்வ-தில்லை. அதனால் அவன் எதனையும் சாராதவன் எனப்படுகிறான். அனைத்-திற்கும் மேலாக, அவன் பொருட்களின் உண்மை இயல்பை அறிந்திருக்கிறான். எவை இறை நெறிக்குத் துணை செய்யும், எவை இறை நெறிக்குத் தடையாக இருப்பவை என்பதை அவன் உணர்ந்திருக்கிறான்.இறைநெறியில் செல்பவனுக்கு இந்த மனத்தெளிவு மிகவும் அவசியமானது. வேண்டாதவற்றை விலக்கி அவனால் விரைந்து முன்னேற முடிகிறது. ஆன்ம அனுபூதி பெற்ற இத்தகையவன் இறை-வனை அடைகிறான்.

'ஆத்மாவின் இத்தத்துவத்தை எப்போது நீ அறிவாயோ அப்போதே சாந்தி அடைவாய்' என திருவண்ணாமலைப் பெரியவர் கூறுகிறார்.

இந்த மந்திரம் அப்பேரறிவுத் தத்துவத்தை நமக்கு அளித்து நமது அடுத்த கட்ட பயணத்திற்கு நம்மை தயார் செய்கிறது.

9

விழியிலாதார்

மந்திரம்

अन्धन्तमः प्रवशिन्ति येऽवद्यिाम्पुासते ।
ततो भूय इव ते तमोय उ वद्यिाया रताः ॥ ९ ॥

ஒலிபெயர்ப்பு

அந்தம் தமஃ ப்ரவி'ஸம்தி யேஉவி'த்யாமுபாஸ'தே |
ததோ பூய' இவ தே தமோ ய உ' வித்யாயா''க்ம் ரதாஃ ||

மொழிபெயர்ப்பு

காயம் கண் வழி உள்நோக்காது, மறை உரை
கர்மம் அனைத்தும் ஒன்றே மெய் எனும் அறிவிலர்
காட்சியிலா குருடரென அறியாமை இருள்அடைவர் - அதனினும் பேர்
காரிருள் அடைவர், மறை உரை கடமை தவிர்த்து
கடவுள் வழிபாட்டறிவே மெய்யெனக் காண்போர்

விளக்கவுரை

இதற்கு முன், நான்கு மந்திரங்கள்(4-8)ல், ஞான வழியில் சென்ற நாம், மெய்யறிவு-அறிவின்மை (வித்யா-அவித்யா) என்ற சொற்களுக்கு பொருள் அறிந்-தோம். அவை, நிலையான உண்மையின் அறிவைப் பற்றியது.

அடுத்த ஆறு மந்திரங்களில், வினைகள் புரிதல் வழி (கர்ம வழி) செல்வோம். இந்த மந்திரங்களில், அவித்யா என்ற சொல்லுக்கு, செயல்கள்/வினைகள்/கர்மா என்ற பொருள். எதுவெல்லாம் முக்திக்கு வித்திடாதோ (வீடுபேறுக்கு வழி வகுக்-காத அனைத்தும்) அவ்வினைகள் எல்லாம் அவித்யா எனப்படும். தமிழில் இது அறியாமை அல்ல; அறிவின்மை. இந்த முக்கியமான கண்ணோட்டத்தை மனதில் பதித்து, மந்திரத்தின் முதல் வரிதனை எடுத்துக் கொள்வோம்.

अन्धन्तमः प्रवशिन्ति येऽवद्यामुपासते । பொருட் பலன்களை நோக்க-மாகக் கொண்டு செய்யப்படும் செயல்களனைத்தும் அவித்யா என்று அறிவிக்-கப்படுகிறது. இப்படிப்பட்ட அவித்யா கர்மத்தை செய்பவர்களுக்கு என்ன நடக்-கும்? "अन्धन्तमः प्रवशिन्ति அந்தம தமஷ் ப்ரவிஶந்தி". அவர்கள் இருண்ட உலகில் நுழைகிறார்கள் என்கிறது உபநிடதம்.

சரி, நான் மறைகளில் வரையறுக்கப்பட்ட வினைகளைத்தானே புரிகிறேன்; எதற்கு எனக்கு இருண்ட உலகம்? எது அந்த இருண்ட உலகு? இத்தகைய சந்-தேகங்கள் நம்மில் எழுவது எதிர்பார்க்கப்பட்டதே.

நமது சாத்திரங்களில், மறைகளில் வரையறுக்கப்பட்ட வினைகளைப் புரிந்தா-லும் அவைகள் பொருட்பலனை எதிர்பாரத்து புரியப்பட்டால், பொருள் செழிப்பு மட்டுமே ஏற்படும்; இறப்பிற்குப்பின் சொர்க்க லோகம் கூட செல்லலாம். எனினும், அவ்வுலகமும் ஆன்மீக நோக்கில் இருண்ட உலகமே; ஏனெனில் ஆத்ம ஞானம் அல்லது மெய்யறிவிலா அந்த நிலை, இருள் நிலையே என்பதை சுட்டிக்காட்டி, உபநிடதம் இவ்வாறு கூறுகிறது. உலகப் பார்வையில் சொர்க்கம் அற்புதமானது, ஆன்மீக கோணத்தில், இது ஒரு இருண்ட உலகம். எனவே, "अन्धन्तमःप्रवशिन्ति அந்தம தமஷ் ப்ரவிஶந்தி". இக்கருத்தினை நாம் ஏற்-கனவே மந்திரம் 3 இல் பார்த்தோம்:

இப்பொழுது மந்திரத்தின் இரண்டாவது வரிதனை எடுத்துக் கொள்வோம்.

ततोभूयइवतत्तमोयउवद्वियायारताः

"யா உ வித்யாயாம் ரதாஷ்" என்று கூறுகையில், இங்கே வித்யா என்பது ஹிரண்ய கர்ப்ப உபாசனையைக் குறிக்கிறது. அதாவது, ஆதி அந்தமிலா, வடி-விலா நீக்கமற நிறை பரம்பொருளை அறியாமல், அந்த பிரம்மனின் (பரம்பொரு-

ளின்) முதல் படைப்பை நோக்கி நாம் புரியும் வழிபாடு.

எனவே இந்த உபாசனையில் உறுதியாக இருப்பவர்கள், (ரதாஹ் என்றால் அர்ப்பணிப்பு) ஆன்மீகக் கோணத்தில், இது இன்னும் இருண்டிருக்கும் உலகம் செல்வர் என்கிறது உபநிடதம். இப்படிப்பட்ட இறை வழிபாடால் நாம் ஸ்வர்க்க லோகத்திற்கும் மேலான பிரம்ம லோகத்திற்கே செல்ல முடியும். பிரம்ம லோகம் என்பது இன்னும் உயர்ந்த உலகமாகும், அங்கு புலன் இன்பங்கள் இன்னும் அதி-கமாக உள்ளன. ஆயுள் இன்னும் நீண்டது. தொடர்ந்து அனுபவிக்க முடியும். ஆனால் ஆன்மீகத்தின் நிலைப்பாட்டில் இருந்து பிரம்ம லோகம் இன்னும் இருண்-டதாகவே உள்ளது என்று உபநிடதம் கூறுகிறது, ஏனென்றால் மக்கள் முற்றிலும் புற நோக்கம் மற்றும் பொருள் இன்பத்தை நாடியே அடைந்தது அது. எனவே, உபநிடதம் அவ்வழியை இன்னும் வன்மையாகக் கண்டிக்கிறது.

சிவானந்த லஹரியில் ஆதிசங்கரர் இந்த இரண்டு செயல்கள் மற்றும் வழி-பாடுகளின் அணுகுமுறைகளில் உள்ள குறைகளை, கவிதையாக வெளிப்படுத்தி, மேல் லோகங்களில் எந்த நிலையிலும் பிரம்மா, விஷ்ணு பதவிகளிலும் தனக்கு விருப்பமில்லை என்று சிவனிடம் முறையிட்டதை நாம் நினைவு கூறலாம். அவர் விரும்புவது ஈஸ்வர ஞானமும் ஐக்யமும் மட்டுமே.

திருமூலர் அறம் செய்யான் திறம் பற்றி இவ்வாறு கூறுகிறார்:

> " வழி நடப்பார், இன்றி , வானோர் உலகம்
> கழி நடப்பார்; நடந்தார் கரும்பாரும்
> அழி நடக்கும் வினை ஆசு அற ஓட்டிட்டு
> ஒழி நடப்பார், வினை ஓங்கி நின்றாரே. "

அறவழியில் நிற்பவர் அடைவர் தேவர் உலக இன்பம். தீய நெறியில் நடப்ப-வர்களுக்குக் கிடைக்காது இந்த இன்பம். அவர்கள் இருள் மிக்க நரகத்தில் நடப்-பவர்கள் ஆவார்கள். காமம், கோபம், மயக்கம் போன்ற மன மலங்களை ஒழித்து விட்டு நல்ல வழியில் நடப்பவர்கள் வினைகளைக் கடந்து நிற்பார்கள். ஆதலி-னால்

> " திளைக்கும் வினைக்கடல் தீர்வு உறுதோணி
> இளைப்பினை நீக்கும் இருவழி உண்டு;
> கிளைக்கும் தனக்கும் அக்கேடு இல் புகழோன்
> விளைக்கும் தவம் அறம் மேல்துணை ஆமே. "

நல்வினைகள், தீவினைகள் இரண்டும் கலந்து ஒரு பெரும் கடலாக மாறி நம்மை அதில் அமிழ்த்து விடும். அதில் மூழ்காமல் பத்திரமாகக் கரையேறுவதற்கு நமக்கும் நம் உறவுகளுக்கும் களைப்பைப் போக்கி உதவுகின்ற தோணிகளாக இரண்டு வழிகள் உள்ளன. அழியாப் புகழை உடைய இறைவனைப் பற்றிக் கொண்டு அறச் செயல்களைப் புரிந்து வாழ்வது ஒரு வழி. இல் வாழ்வில் இருந்து கொண்டே அறச் செயல்களைப் புரிந்து கொண்டு வாழ்வது மற்றொரு வழி. இரண்டுமே மறுமைக்குத் துணையாம்.

இதனையே இந்த மந்திரம் வலியுறுத்துகிறது.

10

பெறுவதா விடுவதா?

மந்திரம்

अन्यदेवाहुरुवद्ययाऽन्यदाहुरुवद्यया ।
इति शुश्रुम धीराणां ये नस्तद्वचिचक्षिरे ॥

ஒலிபெயர்ப்பு

அன்யதேவாயுரித்யயாஉன்யதா''ஹூரவி'த்யயா |
இதி' ஶுஶ்ரும தீரா''ணாம் யே னஸ்தத்வி'சசக்ஷிரே ||

மொழிபெயர்ப்பு

மறைபணி கடமை வழி சென்றால் வந்திடும் ஓரிடம்
மனமதனை வழிபாட்டில் செலுத்தி சேர்வர் ஓரிடம்
என மெய்ஞானியரின் இருவழி உரை கேட்டறிந்தோம்

விளக்கவுரை

இம்மந்திரம், நாம் புரியும் கர்மங்களுக்கும், வழிபாடுகளுக்கும் வெவ்வேறு பலன்கள் உண்டு எனக் கூறுகிறது. இப்பொழுது முதல் வரியைப் பாரக்கலாம்.

अनुयदेवाहूरवद्ययाऽनुयदाहूरवद्यया

1. *'Anyat'* "அன்யத்" என்றால் தனித்துவமான ஒன்று (means 'something distinct.') என்று பொருள். இம்மந்திரத்தல் வித்யா என்பது நாம் முன்பு குறிப்பிட்டபடி, பலனை எதிர்பாரத்துச் செய்யும் வழிபாடுகள். ஆக, அந்த வித்யாவால் என்ன அந்த தனித்துவமான பலன்? இப்பிறவியிலேயே அட்டமா சித்திகள் கிடைக்கப் பெறுவது மற்றும் இறப்பின்பின், தேவ லோகம் செல்வது என்பது தான் இவ்வழிபாடுகளின் பலன் என்று வேதங்கள் கூறுகின்றன. மறைகளில், பிரம்ம (தேவ) லோகம் செல்லும் வழி விவரிக்கப்பட்டுள்ளது.

2. இந்த மந்திரத்தில் அவித்யா என்பது, பலனை கதிர்பாரத்து புரியும் வினைகள் என்று பொருள். அவ்வினைகளின் பலன் வேறு. இப்பிறவியில் பொருள் வளம், இறப்பின் பின் ஸ்வர்க்க லோகம் இவைகளே பலன். ஸ்வர்க்க லோகம் போகும் வழியும் வேறு என்று உபநிடதம் கூறுகிறது.

இவ்விரு வழிகளில் ஏதேனும் ஒன்றை நாம் கடைப்பிடிக்கலாம். இம்மந்திரத்-தின் இரண்டாவது வரியைப் பாரக்கலாம்

इतिशिशुरुमधीराणाम்‌ti *śuśruma dhīrāṇām* — இதை வேத ஆசான்களி-டமிருந்து நாங்கள் கேட்டறிந்தோம். அதாவது, வேதப் பரம்பரையாக வழி வழியே குருகுல வாசமிருந்து அவர்களிடம் கேட்டறிந்தோம் எனப் பொருள்

येनसतद्वविचिचक्षरि - Ye naḥ tat vicacakṣire — இந்த கர்ம யோகங்-களையும், உபாசன யோகங்களையும் கேட்டறிந்தோம்.

இங்கு ஈசாவாஸ்ய உபநிடதம் இவ்வழிகளை ஆன்மீக நோக்கத்திற்காக கூறுகிறது. ஆனால் ஆரம்பத்தில், ஒரு நபர் ஆன்மீகத்தினை அறிய மாட்டார். எனவே ஆரம்பத்தில், ஒருவர் அதை பொருள் நோக்கங்களுக்காகப் பயன்படுத்தலாம். அதுதான் அடுத்த கட்டத்திற்கு ஊக்கம். ஆனால் உண்மையான கர்மா, உண்-மையான உபாசனை எல்லாமே பெரிய விஷயத்துக்காகவே. அது என்ன என்று பின் வரும் மந்திரங்களில் கூறப்பட்டுள்ளது.

இந்தப் பண்ணினைப் படித்த பின் நமக்கெல்லாம் ஒரு கேள்வி எழும். "அது சரி. இரு வழிகளில் எதை விடுவது? எதைப் பெறுவது? எவ்வழி நல்வழி?"

இதற்கு ஒரு கவிஞன் எளிதினில் பதில் உரைத்தான்

"உன்னை மேலும் பெற்று விடு
உன்னை மேலும் விட்டுப் பெறு
உண்மை புரியும் ...!"என்று.

மேற்கொண்டு படிக்கலாம். நமது பயணத்தை தொடரலாம். உண்மையை அறி-
யலாம்

11

ஒருங்கிணைந்த அறிவு

முன்னுரை

இந்த மந்திரத்தில் வித்யா-அவித்யாவின் ஒருங்கிணைப்பின் அவசியத்தை, உபநிடதம் எளிய மொழியில் விளக்குகிறது. வினையும் வழிபாடும் ஒன்றாகச் செல்ல வேண்டும். இரண்டின் உள் மற்றும் வெளிப்புற பரிமாணங்களில் நல்லிணக்கம் இருக்க வேண்டும். கடவுள் தனிப்பட்ட இன்பத்தினையும் மற்றும் நித்திய பேரின்பத்தையும் அனுமதிப்பது மட்டுமல்லாமல், நம் அனைவருக்கும் இந்த உலகில் தரமான வாழ்க்கையை நடத்துவதற்கான வாய்ப்பையும் வழங்குகிறார் என்பதை நாம் உணர வேண்டும்.

வேதாந்தம் என்பது ஒரு ஒழுங்கமைக்கப்பட்ட நம்பிக்கை அமைப்பு என்று நம்மில் பலர் தவறாக நினைக்கிறோம்; இல்லை, இது அடிப்படை உண்மையைத் தவிர வேறில்லை. இந்த உண்மையை உணரும் நோக்கில் செயல்படுகிறான் தனிமனிதன். நமது வாழ்வின் அடிப்படை இலக்கு வீடுபேறு எனும் விடுதலைக்கான தேடலாகும்.

அந்தத் தேடலில், மக்கள் தங்கள் வாழ்க்கையின் அம்சங்களுக்குத் தொடர்புடைய எந்தக் கடவுள் மற்றும் தெய்வங்களையும் வழிபடலாம்; இதில் மதம் தனிப்பட்ட விவகாரமாக இருக்க வேண்டும். கடவுள் இருக்கிறார்; அதனால் வாழ்வின் மகிழ்ச்சியை அவர் அருளால் அடையலாம். ஊடகம் முக்கியமல்ல, நாம் அவரிடம் சரணடைவதும், ஒரு உன்னத நோக்கத்திற்காக அர்ப்பணிப்புடன் செயல்படுவதும் அவரைப் பேரின்பமாக இதயத்தில் உணருவதற்கான வழி. தர்மம், அர்த்தம், காமம் அவற்றின் உண்மையான அர்த்தத்தில் ஒவ்வொரு அடியிலும் நம்மை வீடுபேறு எனும் மோட்சத்திற்கு அழைத்துச் செல்கிறது, உபநிடதம்.

அறம், பொருள், இன்பம் நிறை மறை உரை வாழ்வு, மனித குலத்தை வீடு-பேறு நோக்கி செலுத்தும். இதனைப் பின்னணியாக வைத்து, இம்மந்திரத்தை ஆய்வோம்.

மந்திரம்

विद्यां चाविद्यां च यस्तद्वेदोभयं सह ।
अविद्यया मृत्युं तीर्त्वा विद्ययामृतमश्नुते ॥

ஒலிபெயர்ப்பு

வித்யாம் சாவி'த்யாம் ச யஸ்தத்வேதோபய'க்ᐃம் ஸஹ |
அவி'த்யயா ம்றுத்யும் தீர்த்வா வித்யயாஉம்றுத'மஸ்னுதே ||

மொழிபெயர்ப்பு

கர்ம வழியும் கடவுள் வழிபாட்டு வழியும் அறிந்துணர்வோர்
கர்மம் புரிந்து ஆன்மிக வீழ்வில் விடுபட்டு மரணம் வென்று
கடவுளை வழிபட்டு மெய்யறிவில் நிலைபேறு அடைவரே!
இவ்விரண்டிலும் சமநிலையுடன் ஈடுபடுபவன் கர்மயோகத்தால் ஆன்மிக வீழ்ச்-சியில் இருந்து விடுபட்டு (மரணத்தை வென்று), தியானத்தால் ஆன்மிக சத்தி-யத்தை (அமுதநிலை) தன்னில் உணர்கிறான் என்பது பொதுவான ஒரு விளக்கம்.

விளக்கவுரை

1989 ஆம் ஆண்டு "ஆன்மாவின் இருக்கை" என்ற புத்தகத்தில் ஆன்மீகம் பற்-றிய அமெரிக்க எழுத்தாளர் கேரி ஜூகாவ் இவ்வாறு கூறுகிறார்:

> "ஐந்து புலன்களின் உணர்வின் அடிப்படையில் சக்தியைத் (நமது வெளிப்புற பார்வையில் நாம் காணும் சக்தி) தொடரும் ஒரு இனத்திலிருந்து, உண்மையான சக்தியைத் (நம் உள் நோக்கி நம் அனைவரினுள் உறையும் அந்த ஆதி ஆந்தமிலா சக்தி) தொடரும் ஒரு இனமாக நாம் உருவாகி வருகிறோம்"

முழுமையாக பரிணமிக்க நமக்கு எவ்வளவு காலம் எடுக்கும்? யாரறிவோம்? பல்லாயிரம் ஆண்டுகளுக்கு முன்பே, நமது சனாதன தர்மம் இந்த தேவையை (நமது வேதங்கள் மற்றும் உபநிடதங்கள் மூலம்) சரியாகப் போதித்தது.

அந்த பரிணாம வளர்ச்சிக்கான பாதையை நாம் இன்னும் தேடிக்கொண்டிருக்கிறோம். வேதங்களும் உபநிடதங்களும் நமக்குச் சொல்லியதை நாம் புரிந்துகொண்டு பின்பற்ற வேண்டிய நேரம் இது. இந்த மந்திரத்தின் விளக்கத்திற்கு நாம் வேறெங்கும் செல்ல வேண்டாம். இருக்கும் இடத்தை விட்டு எங்கெங்கோ அலைய வேண்டாம்.

நம்முடன் வாழ்ந்த தெய்வம் காஞ்சி மஹா பெரியவர். அந்த தெய்வத்தின் குரலைக் கேட்டாலே போதும். இதோ அந்த
குரல்.

தெய்வத்தின் குரல்:

> ""வேதம் விதித்தபடி கர்மத்தை ஒழுங்காக 'அனுஷ்டிப்பவர்கள்' சிலர் இன்னமும் இருக்கிறார்கள். பூஜை, உத்ஸவம், பஜனை இவற்றை நன்றாகச் செய்கிறவர்களும் இருக்கிறார்கள். இவர்கள் கர்ம அனுஷ்டானம் செய்வோரைப் பார்த்து, "இத்தனை கர்மா செய்தும் என்ன பிரயோஜனம்? கொஞ்சமாவது மனசு உருகி பக்தி செய்யாவிட்டால் என்ன பயன்? என்று தாழ்வாக எண்ணுகிறார்கள். கர்ம மார்க்கக்காரர்களோ இவர்களைப் பார்த்து, "செய்ய வேண்டிய கர்மத்தில் சிரத்தையில்லை; ஆடம்பரமாக மணி அடித்துக் கொண்டும், தாளம் போட்டுக் கொண்டும் இருந்தால் போதுமா?" என்று நினைக்கிறார்கள்.

> ஆசாரியாள் (ஆதி சங்கரர்) ஸோபான பஞ்சகத்தில் சொல்லியிருப்பதைப் பார்த்தால், கர்மத்தையே ஈஸ்வர பூஜையாக செய்ய வேண்டும் என்று தெரிகிறது. கர்மத்தையும் செய்ய வேண்டும்; ஈஸ்வரனையும் மறக்காமலிருக்க வேண்டும். கர்மங்களை ஈஸ்வரார்ப்பணமாக

செய்ய வேண்டும். இது மிகவும் உயர்ந்த நிலை. கர்மங்களைச் செய்-யும்போதே, அதில் பற்றில்லாமல் செய்து, சித்தத்தை ஈஸ்வரனிடம் வைத்து அவனுக்குக் கர்ம பலனை அர்ப்பணம் செய்வது சாதாரண ஜனங்களால் லேசில் முடிகிற காரியமில்லை. சாமானிய ஜீவர்கள் ஒரு கர்மம் என்று இறங்கி விட்டால், அப்போது பகவத் ஸ்மரணம் குறைந்-துதான் போகும். ஆகவே தனித்தனியாகக் கர்மாவும் வேண்டும். பக்-தியும் வேண்டும். நாளடைவில் கர்மத்தையே பூஜையாகச் செய்கிற உத்தம நிலை சித்திக்கும்; அல்லது பூஜையே ஒருத்தனுடைய கர்மம் முழுவதுமாக ஆனாலும் ஆகலாம்; அல்லது பூஜை, கர்மம் எல்லாம் நின்றுபோய் பிரம்மானந்தம் என்கிற சமாதி நிலை ஏற்படலாம்.

அனைவரும் நம்மைச் சேர்ந்தவர்கள். நாம் அத்தனை பேரும் அவனுடைய குழந்தைகள். இத்தனை குழந்தைகளும் இருக்கிற ஜனசமூகக் குடும்பம் ஒற்றுமையாக, சௌஜன்யமாக வாழவேண்டு-மென்றே நமக்கு வேததர்மம் வெவ்வேறு காரியங்களைப் பிரித்துக் கொடுத்திருக்கிறது. அவற்றை நம்முடைய சொந்த ஆசைகள், லாபங்-களை நினைக்காமல் செய்து 'பகவானின் குடும்பம் ஒழுங்காக நடக்கச் செய்வதே நம் கடமை' என்ற உணர்ச்சி உண்டானால்தான் நாம் செய்-கிற கர்மம் துளிக்கூடக் குறைவு, ஒழுங்கீனம் இல்லாமல் சரியாக இருக்கும். இந்த உணர்ச்சி வருகிறபோது அதிலேயே ஈஸ்வர பக்தியும் உட்புகுந்து நிற்கும். இப்படி பக்தி உணர்வோடு கர்மம் செய்தாலே பகவத் கிருபையைப் பூரணமாகக் கிரகிக்க முடியும்.''

இதைவிட எளிதாக இந்த மந்திரத்திற்கு அருளுரை வேறு யாரால் வழங்க முடியும்.?

12
கண்ணிருந்தும் குருடர்

மந்திரம்

अन्धं तमः प्रविशन्ति येऽसम्भूतमुपासते ।
ततो भूय इव ते तमो य उ सम्भूत्या रताः ॥

ஒலிபெயர்ப்பு

அந்தம் தமஃ ப்ரவி'ஸ்ம்தி யேஉஸம்''பூதிமுபாஸ'தே |
ததோ பூய' இவ தே தமோ ய உ ஸம்பூ''த்யாக்'ம் ரதாஃ ||

மொழிபெயர்ப்பு

பிறப்பிலா இயற்கை ஒன்றே இறையெனத் துதிப்போர்
இருள்சூழ் மடமை நுழைவர் குருடரென கண்ணிருந்தும் !
ஐம்பொறி வழியறி தோற்றமே இறையெனத் துதிப்போர்
அதனினும் காரிருள் நிறை மடமை அடைவர் குருடரென.

விளக்கவுரை

இந்த மந்திரத்தில், உபநிடதம் இரண்டு வகையான தியான வழிபாடு முறைகள் (உபாசனைகள்) பற்றி பேசுகிறது. இந்த இரண்டு முறைகளையும் பொருட் பலன் கருதியோ அல்லது ஆன்மீக பலன் கருதியோ ஒருவர் தனித்தனியாகவோ அல்லது இணைத்தோ புரியலாம். ஆன்மீக நலம் கருதி, பொருட்பலனைக் கருதாமல் புரியும் வழிபாட்டினை உபநிடதம் போற்றப் போகிறது. அந்த இரு உபாசனைகள் என்ன?

1. உள்ளார்ந்த நிலையில், வேர், தண்டு, கிளைகள, இலைகள், பூக்கள், காய்கள், கனிகளொன மரம் வெளிப்படுவதைப்போல வெளிப்படும் பிரம்மனை, "சகுன ப்ரம்மன்" (வடிவுடை/வடிவெடுத்த பரமன்) என்றழைக்கிறோம். அதாவது, மாயையின் வெளிப்படுத்தும் (விக்க்ஷேப) சக்தி விளைவாக வெளிப்பட்ட இந்த பிரபஞ்சம் "காரிய ப்ரம்மன்" (வடிவுடை பரமன்) என்றும் "ஹிரண்யகர்ப்பா" என்றும் அழைக்கப்படுகிறது. அதாவது, அனத்தின் எல்லைகளையும், அனைத்துப் பொருட்களும், அனைத்து உயிரினங்களையும், அனைத்து அண்டங்களையும் அவைகளின் நுண்ணிய நிலையில் அடக்கிய கருப்பை என்று பொருள். இப்படி, முற்றிலும் வெளிப்பட்ட அனைத்து அண்டங்களின் நுண்ணிய நிலையை உள்ளடக்கிய கருப்பையே ஹிரண்யகர்ப்பம் எனக் கூறப்படுகிறது. காரிய பரமனின் முதல் வெளிப்பாடு என்பதனால், "ப்ரதமஜ" அல்லது "முதல்பிறவி" என்றும் பொன கருவரை அழைக்கப்படுகிறது. இதற்கான சமஸ்க்ருத தொழில்நுட்பச் சொல் "ஸம்பூதி". இந்த ஸம்பூதி வழிபாடு எனபது ஒன்று.

2. இரண்டாவது வழிபாட்டு முறைக்கு "அஸம்பூதி உபாஸநா" என்ற பெயர். "அஸம்பூதி" அதாவது வெளிப்படாத மறை நிலையில், அனைத்தின் காரண, விளைவுகளுக்கு மூலமாக விளங்கும் பரம்பொருளை காரண பிரம்மன் என்று கூறப்படுகிறது. அந்த காரணப் பிரம்மனை வணங்குதலே இந்த தியானத்தின் பொருள். இறைவன் நம்மைக் கடந்து உயர்நிலையிலிருப்பதாகவும், நாமனைவரும் தாழ்நிலையிலிருந்து உயர்நிலை அடைய வேண்டும் என்ற அடிப்படை எண்ணம் இவ்வழிபாட்டின் தன்மை. நம்மையும் மீறிய ஏதோ ஒரு சக்தி நம்மை ஆட்டிப் படைக்கிறது; இயற்கையின் சக்தியே உலகை இயக்குகிறது. அது நிலம், நீர், நெருப்பு, காற்று, ஆகாயம் எனும் ஐம்பூதங்களால் ஆனது. நாம் வேறு, இறைவன் வேறு என நம்மையும் இறைவனையும் வேறுபடுத்திப் பார்கிறோம். அந்த இயற்கையை, சக்தி வழிபாடு போன்ற தந்திர சாத்திரத்தில் பரிந்துரைக்கப்பட்ட சடங்குகளைப் புரிந்திடும் வழிபாடுகளாக இவை அமையும்.

ஆக, பலன் கருதி (பொருட்பலனோ அல்லது ஆன்மீக பலன் கருதியோ) நாம் புரியும் இரு வகையான வழிபாட்டு முறைகளும், நம்மை நமது இலக்குவான "வீடுபேறு"க்கு இட்டுச் செல்லாது.

1. தனைக் கடந்திருக்கும் பிறப்பிலா இயற்கையின் காரண வரையறை அறியாமல், தானும் பரமனும் வேறென, தானே நுகர்வோனென கருதும் "காரணப் பரமன்" எனும் மக்கள் குருடராய் கண்ணிருந்தும் இருள்சூழ் மடமை நுழைவர்.

2. தன்னுள்ளுறை பிறப்பிலா உணர்வே மூலமுமென, நுகர்வனும் தானே என உலகை நுகர்பொருளாய் முன்நிறுத்தி அப்பொருளை தானே நுகர்ந்து இன்புறும் "காரியப் பரமன்" எனும் மக்கள் கடும் காரிருள் நிறை மடமை அடைவர் குருடரென.

இந்த விளக்கத்தை தான், இந்த உபநிடத மந்திரம் எடுத்துரைக்கிறது.

13

இருவழிப் பலன்

மந்திரம்

अन्यदेवाहुः सभ्वादन्यदाहुरसभ्वात् ।
इति शुश्रुम धीराणां ये नस्तद्वचिचक्षरि ॥

ஒலிபெயர்ப்பு

அன்யதேவாஹும்ஃ ஸம்''பவாதன்யதா''ஹூரஸம்''பவாத் |
இதி' ஸூஸ்ரும தீரா''ணாம் யே னஸ்தத்வி'சசக்ஷிரே ||

மொழிபெயர்ப்பு

பிறப்பிலா இயற்கை ஒன்றே இறையெனத் துதி
காரணப் பரமர் இயற்கையுடனே இணைந்திடுவர்

பொறிபுலன் வழியறி தோற்றமே இறையெனத் துதி
காரியப் பரமர் அட்டமா சித்தி அடைவர் - என

இருவழி அறி மெய்ஞ்ஞானியர் உரை கேட்டறிவோம் நாம்

விளக்கவுரை

முந்தய மந்திரத்தில் ஸம்பூதி, அஸம்பூதி வழிபாடுகள் இரண்டுமே, பலன் கருதி ஒருவர் புரிந்தால் அவர் இருளையே அடைவர் (அதாவது அறியாமையிலிருந்து வெளி வர இயலாமை) என உபநிடதம் கூறியது. இந்த மந்திரத்தில் கற்றறிந்த பெரியோரின் அனுபவங்களை முன் வைக்கிறது. அவைகளின்படி,

1. தனைக் கடந்திருக்கும் பிறப்பிலா இயற்கையின் காரண வரையறை அறியாமல், தானும் பரமனும் வேறென, தானே நுகர்வோனென கருதும் "காரணப் பரமன்" எனும் மக்கள் இயற்கையுடனே இணைவர்.

2. தன்னுள்ளுறை பிறப்பிலா உணர்வே மூலமுமென, நுகர்வனும் தானே என உலகை நுகர்பொருளாய் முன்நிறுத்தி அப்பொருளை தானே நுகர்ந்து இன்புறும் "காரியப் பரமன்" எனும் மக்கள் தவ வலிமையால் அட்டமா சித்தி பெருவர்.

14

ஒருங்கிணைந்த வழிபாடு

மந்திரம்

सम्भूतिं च विनाशं च यस्तद्वेदोभयं सह ।
विनाशेन मृत्युं तीर्त्वा सम्भूत्यामृतमश्नुते ॥

ஒலிபெயர்ப்பு

ஸம்பூ''திம் ச வினாஸம் ச யஸ்தத்வேதோபய'க்ம் ஸஹ |
வினாஸனே' ம்றுத்யும் தீர்த்வா ஸம்பூ''த்யாஉம்றுத'மஸ்னுதே ||

மொழிபெயர்ப்பு

பிறப்பிலா இயற்கை வழியறி இறை துதியும்
பொறிபுலன் வழியறி இறை துதியும் அறிவர்
ஒருமையுடன் கடந்திடுவர் மரணமதனை பின்
அடைந்திடுவர் நிலைபேறு காரண பரமனென.

விளக்கவுரை

ஈசாவாஸ்ய உபநிடதம் முக்தിநிலை (வீடுபேறு) அடைய தேவையான இரண்டு வகையான வழிபாடு நடைமுறைகளை வெளிப்படுத்தியது. பரம்பொருளின் மீது மனதை நிலை நிறுத்த வழிகள் இவை.

1. ஒன்று நாம் புரியும் வினைகளை அறிவோடு இணைத்து வினைப்பலன்களில் சிக்கி உழலாமல் இருக்கும் வித்யா-அவித்யா உபாஸநா எனும் வழிபாட்டு முறை. இவற்றை மந்திரங்கள் 9-11ல் விரிவாகப் படித்தோம்.

2. இரண்டாவது, வேட்கை தவிர்த்து, வேற்றுமை களைந்து, அவாவறுத்து, நிலையற்ற பொருட்கள் மீதல்லாமல் நிலையான பரம்பொருளின் மீது (பரமனின் வெளிப்பட்ட நிலை மீதோ அல்லது வித்துக்குள் மறைந்திருக்கும் மரமொப்ப மறைநிலை மீதோ) மனதை நிலை நிறுத்தும் ஸம்பூதி-அஸம்பூதி உபாஸநா எனும் வழிபாட்டு முறை. இவற்றை மந்திரங்கள் 12-13ல் விரிவாகப் படித்தோம்.

இந்த முந்தய ஐந்து மந்திரங்களில், இரு வகை வழிபாட்டுகளின் விளைவுக-ளையும் பாரத்தோம். இந்த மந்திர தொடரின் முடிவாக, இந்த மந்திரத்தில் இரு வகையான வழிபாடு முறைகளின் ஒருங்கிணைத்த அணுகுமுறை மூலம் மட்டுமே, ஒரு நபர் துக்கத்தையும் மரணத்தையும் தாண்டி அடைய முடியும் என்று உபநிட-தம் சொல்கிறது.

அதாவது, இருவகையின் உட்கருத்தினை ஒருவர் அறிந்து கொள்ள வேண்டும். இவ்வுலகிலும், உயர் உலகங்களிலும் பேரின்பமடைய ஒருவர், வெளிப்படுத்தப்பட்ட அனைத்தின் வெளிப்பாட்டுக்கும் மற்றும் அவைகளின் அழிவுக்கும் காரணத்தை அறிய வேண்டும். அப்பொழுது தான், அகநிலை, புறநிலை உணர்வுகள் இல்லாத, இருமையற்ற பரிபுரண அமைதியான, பேரின்ப நிலைதனை அடைய முடியும் என உபநிடதம் இந்த மந்திரத் தொடரை முடிக்கிறது.

15

இருள் நீங்க உயிர் சிவம்

முன்னுரை

இந்த பூவுலகில் நீக்கமற நிறை பரம்பொருளான, அந்த பிரம்மனை ஒருவர் காட்சிப்படுத்தக்கூடிய இடங்கள் மூன்று மட்டுமே உள்ளன. ஒன்று சூரியன், இரண்டாவது இதயத்தின் உட்புறம், மூன்றாவது, நெற்றியில் புருவங்களுக்கு இடையே உள்ள இடைவெளி என நமது சாஸ்திரங்கள் கூறுகின்றன. (இந்து மதம் ஏன் புருவங்களுக்கு இடையில் ஒரு திலகம் அல்லது குறியை வலியுறுத்து-கிறது என்பதற்கான மறைவான காரணத்தை கடைசியாகத் தருகிறது).

இவைகளில் நம் கண்களுக்கு புலப்படும் பிரதிநிதி சூரியன் மட்டுமே என்று மறைகள் கூறுகின்றன. சூரியனையே பிரம்மனாகக் காட்சிப்படுத்த முடியும் என்ப-தால், சூரியனை வழிபடுவதன் மூலம் பிரம்மனை வழிபடுவது மிகவும் எளிதானது.

சூரியன் உலகத்தின் கண் என்றால், கண் நம் ஆன்மாவின் சூரியன். ஒளிரும் சூரியனும், காணும் நமது கண்ணும் தரமான இருமுனையாகி , காணக்கூடிய உலகத்தை உருவாக்குவதனால், உள்ளிருந்து ஒளிர்பவர் அவரே. நமது வரைய-றுக்கப்பட்ட உணர்வு சூரியனால் குறிக்கப்படும் எல்லையற்ற உணர்வுக்கு திறக்க வேண்டும்.

சற்றே சிந்திக்கத் தெரிந்த எவருக்கும் புலனாகின்ற உண்மை ஒன்று உண்டு; நாம் அறிவின்மையில் இருக்கிறோம் என்பதுதான் அது. விஞ்ஞானம், கலை என்று பல விஷயங்களை நாம் அறிந்திருக்கலாம். ஆனால் இவை உண்மையறிவு ஆகாது. நம்மைப்பற்றிய அறிவே உண்மையறிவு. அறிவின்மையை, அறிவு என

நாம் கருதுவதே அறியாமை. நாம் யார், எங்கிருந்து வந்தோம், எங்கே போய்க் கொண்டிருக்கிறோம், எங்கே போக வேண்டும் என்ற எதுவும் தெரியாத நிலையில் நாம் வாழ்ந்து கொண்டிருக்கிறோம். அவ்வளவு ஏன், அடுத்த கணம் என்ன நடக்-கப் போகிறது என்பது கூட நமக்குத் தெரியாது. கடந்த இரண்டு வருடங்களாக உலகை ஆட்டிடும் "கோவிட் 19" தொற்று நோய் இதற்கு ஒரு உதாரணம்.

அதனால்தான் உபநிடதம்,

> "இறைவா! அறியாமை இருளிலிருந்து என்னை அறிவின் ஒளிக்கு
> அழைத்துச் செல்வாய்
> "

என்று பிராத்தனை செய்கிறது. அத்தகைய பிராத்தனைகளின் பலனாக, ஜபம் தவம் போன்ற ஆன்மீக சாதனைகளின் பலனாக, இறைவனின் அருட்கிரணம் நம்மில் பட்டு நமது உணர்வின் ஒளியின் காட்சி, ஒளியைத் தூண்டுகிறது. நமக்கு ஒளியின் காட்சி, ஒளிமயமான இறைவனின் காட்சி கிடைக்கிறது; அறியாமை இருள் விலகுகிறது; எல்லாம் நமக்குப் புரிகிறது. அந்த ஒளியின் மென்மையிலும் வசீகரத்திலும் நாம் நம்மையே இழந்து நிற்கிறோம்.

ஆனால் ஒளியின் காட்சியுடன் நமது பயணம் நின்று விடவில்லை. அறுதி உண்மை என்பது அனைத்தையும் கடந்தது; இருள் - ஒளி, துன்பம் - இன்பம், தீமை - நன்மை போன்ற அனைத்து இருமைகளுக்கும் அப்பாற்பட்டது அந்த இடத்தை அடையும் போதுதான் நமது பயணம் லட்சியத்தை அடைகிறது. எனவே, ஒளிமயமான காட்சியைப் பெற்ற பின் தன்னை ஒளிக்கும் அப்பால் அழைத்துச் செல் என உபநிடதம் இந்த மந்திரத்தில் கூறுகிறது.

மந்திரம்

हरिण्मयेन पात्रेण सत्यस्यापिहितं मुखम् ।
तत्त्वं पूषन्नपावृणु सत्यधर्माय दृष्टये ॥

ஒலிபெயர்ப்பு

ஹிரண்மயே"ன பாத்ரே"ண ஸத்யஸ்யாபி'ஹிதம் முகம்" |
தத்வம் பூ"ஷன்னபாவ்று'ணு ஸத்யத"ர்மாய த்்றுஷ்டயே" ||

மொழிபெயர்ப்பு

பொய்யெனும் காயமாம் விந்துசூல் நிறைமிடா
மெய்யெனும் ஆன்மாவின் முகம் மறைத்திடும்
அத்திரைதனை கூறாக்கு ஆற்பதமாய் ஆதவனே,
நீக்கமற நிறை அப்பரமனை யான் காண!

விளக்கவுரை

முதல் வரியில் இரு முக்கிய சொற்கள் உள்ளது.

1. हरिण्मयने पात्रणे - ஹிரண்மயேன பாத்ரே - பொற்பாத்திரம்,
2. सत्यस्य , ஸத்யஸ்ய - சத்யம்/ உண்மை.

இவைகளை ஆய்வோம்

பொற்பாத்திரம்

இந்த வாக்கியத்திற்கு "பொற்பாத்திரத்தால் உண்மை மறைக்கப் பட்டுள்ளது" என்பது வெளிப்படையான பொருள். பொற்பாத்திரம் என்றால் எதைக் குறிக்கிறது உபநிடதம்? அதன் முக்கியத்துவம் என்ன? இந்த உருவகச் சொல் மிகவும் ஆழமான கருத்துக்களை அடங்கியது.

1. வடமொழியில், எதனால் நாம் பருகிகிறோமோ அதற்கு பாத்ரம் என்ற பெயர்; அதாவது, நமது அனுபவங்களாலான மனப்பதிவுகளை உள்ளடக்கிய பாத்திரத்திலிருந்து இங்கே பருகுவது என்பது நமது முன்வினைப் பயன்களை என்ற ஆழ்ந்த கருத்து இச்சொல்லில் அடங்கியுள்ளது.
2. இப்பாத்திரத்தில் அடங்கிய மனப்பதிவுகளிலிருந்து, மூன்று விதை முளைகள் தோன்றுகின்றன. இருப்பு (சத்) ஒளி (சித்), இன்பம் (ஆனந்தம்). இவை மூன்றும் முறையே, நுண்ணுடல் நிலையிலிருந்து பிறப்பு இறப்பு அடங்கிய வாழ்க்கை, அறியா செயலற்ற நிலையிலிருந்து அறிவு, அன்பு நிலையலிருந்து மனம் ஆகிய மூன்றினையும் செயல்படுத்துகின்றன.

3. இந்தச் செயல்பாடுகள், நமது தெரிந்துகொள்ள வேண்டும், வாழ வேண்டும், அனுபவிக்க வேண்டும் என்ற ஆசைகளில் வெளிப்படுகின்றன - இவை மூன்றும் ஒருவரது தந்தையால் அறிவின் மூலமாகவும், ஒருவருடைய தாய் உணவின் மூலமாகவும், ஒருவரது மனைவி இன்பம் மற்றும் தோழமை மூலமாகவும் பேணப்படுகிறது. இதுவே நமது சம்சாரத்தின் முழு சுழற்சி.

4. மேற்கூறிய அனைத்தையும் தேக்கி அடக்குவது இந்த பொற்பாத்திரம். இப்படி இவ்வுலகில் உயிர்/வாழ்வு என்ற தத்துவம் முதலில் மலரும் இப்பாத்திரத்தினை படைத்த பரம்பொருளுக்கு பொன்கருவறையன் (ஹிரண்ய-கர்ப்பன்) என்று பெயர். இதுவே விந்துசூல் நிறைமிடா.

5. எப்படி தங்க நிறத்தில் இருக்கும் சூரிய கதிர்களே, சூரியனைக் காண இயலாமைக்குக் காரணமாக உள்ளதோ, அப்படி நமது அனுபவ மனப்பதிவுகள் (வாசனைகள்) உள்ள இந்த தங்கக் கொள்கலன் அமைக்கப் பட்டுள்ளது. ஹிரண்ய-கர்ப்பன் மட்டுமே அதை முழுவதுமாகப் பார்க்கிறான். நமது தனித்துவம், நமது பெயர்கள் மற்றும் வடிவங்கள், நமது உள் உறுப்பு, அதன் அனைத்து கிளைகள், உணர்வு உறுப்புகளின் வடிவில் அதன் துணைப் பொருட்கள், -- இவை அனைத்தும் இந்த ஹிரண்ய-கர்ப்பனால் உருவாக்கப்பட்டவை, அவனே அனைவருக்கும் ஒளியைக் கொடுக்கிறான். எனவே அவனே சவிதா அல்லது சூரியன் எனப்படுகிறான்.

பாரத்தீர்களா, எவ்வளவு ஆழமான கருத்துக்களை இந்த ஒரு உருவகச் சொல் உள்ளடக்கியுள்ளதென்று! அடுத்த முக்கியமான சொல் சத்யம்/உண்மை. உண்மை என்றால் என்ன, உண்மைக்கும் பரம்பொருளுக்கும் என்ன உறவு? வாருங்கள், ஆய்வோம்.

சத்யம்/உண்மை

வட மொழியில் "சத்" என்றால் "இருப்பு" (existence). இருப்பு என்பது உண்மை நிலை. ஒரு சத்திய நிலை. மேலை நாட்டினர் உண்மையை, சார்பற்ற புற நிலை உண்மைக்கு தொடர்பான ஒரு மொழி அல்லது எண்ணம் என வரை-யறுக்கின்றனர்.

நமது இந்து தர்மத்தில், உண்மை என்பதை மூன்று நிலைகளிலிருந்து அறிய வேண்டும்.

1. பரமார்த்திக சத்யா (உயர்நிலை உண்மை) - உண்மையின் உண்மை என்றும் கூறலாம். அனைத்து உண்மைகளின் உண்மை, அந்த நீக்கமற நிறை பரம்பொருள் ஒன்றே.

2. ப்ரதிபாஸிக சத்யா (பிரதிபலிப்பு நிலை) - வெளிப்படும் உண்மையின் பிரதிபலிப்பு. கனவு நிலை போன்றது. கனவு நிலையில் அனுபவிக்கும் பொருளும், அனுபவிப்பனும் ஒன்றே; எனினும் அனுபவிப்பனுக்கு அந்த ஒருமை (ஒருமை என்பது கனவுலக உண்மை) தெரியாது.

3. வ்யவஹாரிக சத்யா (பரிவர்த்தனை நிலை) - பெரும்பாலோர் உண்மையென கருதுவது இந்நிலையில் காணும் உண்மையைத்தான். இங்கே புலன்கள் (senses) செயல்படுகின்றன, அவற்றின் உள்ளீட்டை (inputs) உண்மையாகக் கருதி அதன்படி செயல்படுகிறோம். இது அறிவியலின் யதார்த்தம். அங்கு விஷயங்களை புலன்களால் அனுபவிக்கவும் அளவிடவும் முடியும். இது கால இடம் மற்றும் காரண விதிகளால் ஆளப்படுகிறது.

ஆக, உயர்நிலையில் (In absolute plane) பாரத்தால் உண்மை என்ற சொல் பரம்பொருளைக் குறிக்கும். சாதாரண பாமரன் நிலையில் இது வாய்மொழி ஒழுக்கத்தைக் குறிக்கும். ஆக உண்மையல்லாதது எதுவுமே, நம்மை பரம்பொரு-ளிலிருந்து தூர விலகச் செய்யும் என்பது தெளிவாகிறது.

இரண்டாவது வரி - तत्त्वं पूषन्नपावृणु सत्यधर्माय दृष्टये - tattvaṃ pūṣannapāvṛṇu satyadharmāya dṛṣṭaye

மெய்யதனின் வாய் மறைக்கும் பொன்நிறை கலமதனை, உய்ஊட்டாம் பகலவனே விலக்கிடுவாய் யான் மெய் காண.

ஒளிக்கு அப்பால் இருப்பது என்ன? ஒளிக்கு அப்பால் தமமையே காண்பதாக உபநிஷத முனிவர் கூறுகிறார். அறுதிநிலை அனுபூதி (அனு" என்பது அனு-பவம். "பூதி" என்பது புத்தி அனுபவ அறிவின் பூரிப்பே அனுபூதி). இதனைப் படிப்படியாக இந்த உபநிடத்தில் நாம் காண்கிறோம்.

உயர்நிலை பிராத்தனையைச் செய்வதற்கான தகுதியையும் இந்த வாரத்தையில் நாம் காண்கிறோம். சத்திய நிஷ்டை உடைய நான் என்று தனது தகுதியை இங்கே அந்த உபநிடத ரிஷி குறிப்பிடுகிறார். உண்மையில், உண்மைப் பொருளா-கிய இறைவனில் நிலை நிற்கின்ற, இறைவனைச் சரணடைந்த வாழ்க்கை இங்கே குறிப்பிடப்படுகிறது.

உலகப்பொருட்கள் எதையும் கருதாமல் , நிலையான ஒரே சத்தியமான கடவுள் ஒருவரையே நம்பி வாழ்கின்ற, அவரை ஒளிமயமாக ஏற்கனவே கண்ட ஒருவர் செய்கின்ற பிராத்தனை இது.

இக்கருத்தினை திருமூலர், திருமந்திரத்தின் ஏழாம் தந்திரத்தில் #1819. இருள் நீங்க உயிர் சிவம் ஆம் என எடுத்துரைக்கிறார்

ஒளியும் இருளும் ஒருகாலும் தீர
ஒளியு ளோர்க்கு அன்றே ஒழியாது ஒளியும்
ஒளி இருள் கண்டகண் போலவேறாய் உள்
ஒளி இருள் நீங்க, உயிர் சிவம் ஆமே.

ஒளியும் இருளும் ஒருக்காலும் தீரா. ஒளியைக் கண்ட கண்களுக்கு அதன் பின்னர் இருள் என்பது இல்லை. உயிர் வெளி உலகில் காண்பது அறியாமையின் இருள். உயிர் தனக்குள்ளே உள்ளே காண்பது இறையாகிய ஒளி. சீவன் இருள் நீங்கி உள்ளே உள்ள ஒளியைக் கண்டு கொண்டு விட்டால் அப்போது சீவன் சிவமாகி விடும்.

16

ஒளியும் நானே

மந்திரம்

पूषन्नेकर्षे यम सूर्य प्राजापत्य व्यूह रश्मीन्समूह ।
तेज: यत्ते रूपं कल्याणतमं तत्ते पश्यामि योऽसावसौ पूरुष: सोऽहमस्मि॥

ஒலிபெயர்ப்பு

பூஷ'ன்னேகர்ஷே யம ஸூர்ய ப்ராஜா''பத்ய வ்யூ''ஹ ரஸ்மீன்ஸமூ''ஹ I
தேஜோ யத்தே'' ரூபம் கல்யா''ணதமம் தத்தே'' பஸ்யாமி யோஉஸாவஸௌ
புரு'ஷ:ஂ ஸோஉஹமஸ்மி ॥

மொழிபெயர்ப்பு

பரிதியே ஏகாந்தப்பயணியே
பிரஜாபதி குமரனே உலகுய்வோனே
பரப்பிடு திகழ்மிகு உன் ஒளிக்கதிர்கற்றை
பரம்பொருளின் எழில்மிகு வடிவம் காண
பரம்பொருளாம் யான் விழைகிறேன்
பரிதி உன்னுள் உறை ஒளிர்கற்றும் யானே !

விளக்கவுரை

ஆதவனுக்கு வடமொழியில் "பூஷன்" எனப் பெயர். இவ்வலகின் ஊட்டச்சத்து என்று பொருள்.

இந்த மந்திரத்தின் இரண்டு வரிகளின் சாரம்சம் இதுதான்:

"

"உன்னுடைய ஒளிமயமான அருள் வடிவை யான் என்னுள் நிலைநிறுத்த வேண்டும். உனது மிளிரும் ஒளிக்கதிர்கள் என் கண்களை கூசி அங்கனம் நிலைநிறுத்த முடியாமல் செய்கிறது. ஆகவே, உனது ஒளிக்கதிர்களை விலக்கிக் கொள்" "

என ஆழ்ந்த தியானத்தில் இருக்கும் ஆன்மீகவாதி ஆதவனை மனதில் நிறுத்த வேண்டுகிறான்.

இந்த கடைசி வெளிநிலையில் அவன் ஒளிக்கு அப்பால் பயணம் செய்யும் நிலையில் உள்ளான். ஒளியைத் தாண்டி, ஒளிக்கப்பால் செல்ல, ஆதவனின் துணை இப்பொழுது அவசியம் தேவை. வீடுபேறு நோக்கிச் செல்லும் ஆன்மீக- வாதியின் ஆழ்ந்த தியானத்தில் இத்தருணம் ஒரு வெகு முன்னேறிய நிலையைக் குறிக்கிறது. இந்த அனுபவ நிலையில், தன்மைனைப்பு கிட்டத்தட்ட மறைந்து, பயண இலக்கின் அருகில் நிற்கும் நிலை. இந்த நிலை வரை, தன்னைக் காண்- பவன் என்றும், காண்பது காட்சி என்றும் இருமை நிலைப்படுத்திய அவன், அந்த இருமையே தடையாக உள்ளதை உணரும் நிலை இது. கடவுள் ஒருவரே, கடவு- ளைத் தவிர வேறு எதுவும் இல்லை என்பதால், அங்கு எந்த இருமையும் இல்லை.

காண்பவன், காட்சி என்ற இருமைக்குள் காண்பது சாத்தியம் என்று பொது- வாக மக்கள் நினைக்கிறார்கள். ஆனால் வேதாந்தத்தில் காண்பவன், காட்சி என்ற இருமையிலிருந்து விடுபட்ட அறிவே தரிசனம் என்பதை விளக்க வேண்டும். அந்த சுய தரிசனம் என்பது "நான் தான் தூய்மையான இருப்பு" என்ற நேரடி அனு- பவத்தின் மூலம் வரும் அறிவு/உணர்வு. அதற்கு இன்னும் நேரம் வரவில்லை, ஏனெனில் தன்முனைப்பு உணர்வு, மனம் இவைகள் இன்னும் ஒட்டிக் கொன்- டுள்ளது. அகங்காரமோ மனமோ இன்னமும் பூரணமாக அழியவில்லை. அறியா- மையால் பிறக்கும் அகங்காரம் அழிந்தால்தான் தூய்மையான விழிப்புணர்வு பிர- காசிக்கிறது மற்றும் தூய்மையான உள்ளுணர்வு தன்னை வெளிப்படுத்துகிறது.

வீடுபேறு தேடுபவர் ஒரு உயர்ந்த அனுபவ நிலையை அடைந்ததைத் தான் காட்டுகின்றன இந்த வரிகள். ஆனால் பரம்பொருள் எந்த நிலையும் இல்லாத

ஒன்று. இடம், கால வரையரையில் அறிபவன்/அறிவது/அறிவு என்ற மூன்றினை-யும் அகற்ற வேண்டும், ஏனெனில் பரம்பொருள், இவைகளுக்கெல்லாம் அப்பாற்-பட்டது. எனவே பிரகாசமான ஒளிரும் கதிர்கள் கூட திரும்பப் பெறப்பட வேண்டும் என்ற கோரிக்கை இம்மந்திரத்தில்.

இந்த தியான நிலைக்கு சவிகல்ப சமாதி நிலை என்று பெயர். சத்யம்/உண்மை என்பதின் முன்பார்வை கிடைக்கும் நிலை. உலகை மறந்து, தூய உணர்வுடன், தூய இன்பம் அடைய தூய இருப்புடன் ஒன்றாகும் தருணம். அந்த நிலைக்கு நிர்வி கல்ப சமாதி நிலை என்று பெயர்.

இந்நிலையில், தன் நோக்கம் விரிவடைந்து முழுமையுடன் ஒன்றாகி உன்னுள் உறையும் ஒளியும் நானே, ஆகவே உன் கதிர்களை உள்ளடக்கி என்னை ஒளிக்கு அப்பால் செல்ல அனுமதி கொடு என்று ஆதவனை வேண்டுவதே இந்த மந்திரம்.

17
இறுதிப் பயணம்

முன்னுரை

பயணத்தின் இறுதி கட்டத்தில், தன்முனைப்புதனை விட்டுவிட்டு, பிரம்மனின் பிரதிநிதியான சூரியனை (ஸ்லோகங்கள் 15-16) பிரார்த்தனை செய்த பிறகு, தியானி இப்போது அழிந்திடும் உடலை கைவிடுவதற்கான முக்கியமான கட்டத்தில் இருக்கிறார். அதாவது, தன் வாழ்நாள் முழுவதிலும், அடைக்கலம் தேடி அடைந்த அந்த உடலை கைவிட வேண்டிய கட்டம். இது மிகவும் முக்கியமான மற்றும் கடினமான செயலாகும்.

உடல் நம்மை விட்டுக்கொடுக்கும். ஆனால் நமது நுண் உடல் தூய்மையாகும் வரை நாம் அவ்வுடலை அவ்வளவு எளிதில் விட்டுவிட மாட்டோம். அதனால்-தான், பூத உடலுக்கும் ஆன்மாவிற்கும் இடையிலான வாடகை ஒப்பந்தத்தை முடி-வுக்குக் கொண்டுவரும் இந்த இறுதி முக்கியமான கட்டத்திலும் கூட, உபநிடம் மனதிற்கு ஒரு கடுமையான, நிலையான, கட்டாயமான கட்டளையை முன்வைக்-கிறது. அழியும் இவ்வுடலைக் கைவிட்டு, இழைத்த தவறுகளுக்கு மனம் திருந்தி பிரார்த்தனை செய்யுங்கள் என்று. மனம் திருந்துவதே ஒரு தவம் அல்லது கடு-மையான ஒழுக்கத்தின் ஒரு சிறந்த வடிவு அல்லவா.

இவ்வுலகில், நமது வாழ்வின் இறுதிக் கட்டத்தில் இத்தகைய திருந்தும் மனநிலை நம்மைப் போன்ற சாதாரண மனிதர்களுக்கு எளிதில் வராது. அதனால்-தான் வேத போதனைகள், நம் வாழ்வில் நாம் செய்ய வேண்டிய செயல்களை, இடைவிடாமலும், தொடர்ச்சியாகவும், நோக்கத்தின் நேர்மையுடன் பரம்பொரு-ளுக்கு அர்ப்பணிக்க அறிவுறுத்துகின்றன. அப்படி செய்தால் தான், நம் இறுதி கட்டத்தில் இந்த மனம் திருந்தும் உணர்வு வரும்.

இந்த முகவுரையை எழுதும் பொழுது

"ஒன்றுமே பயனில்லை என்று உணர்ந்தபின்பவர் உண்டென்பார்
ஒவ்வொரு மனிதனும் ஒரு நாள் இந்நிலை எய்துவதுறுதியென
மறந்தார்
அன்று செயலிழந்தலமரும் பொழுது சிவன் பெயர் நாவில் வாராதே
ஆதலினால் மனமே இன்றே சிவன் நாமம் சொல்லிப் பழகு
"

என்ற பாபநாசம் சிவன் பாடல் எனக்கு நினைவுக்கு வருகிறது.

மந்திரம்

वायुरनिलममृतमथेदं भस्मान्तं शरीरम् ।
ओं । क्रतो स्मर कृतं स्मर क्रतो स्मर कृतं स्मर ॥

ஒலிபெயர்ப்பு

வாயுரனி'லமம்றுதமதேதம் பஸ்மா''ந்தக்ம் ஶரீ'ரம் |
ஓம் க்ரதோ ஸ்மர' க்றுதக்|ம் ஸ்ம'ர க்ரதோ ஸ்மர' க்றுதக்|ம் ஸ்ம'ர ||

மொழிபெயர்ப்பு

உயிர்மூச்சு காற்றோடு காற்றாய் கலக்கட்டும்
உடல் வேள்வியென அழலுக்கு அளித்திடட்டும்
நினைவு கொள் மனமே அண்டமாளும் ஈசனை
நினைவு கொள், நினைவு கொள் மனமே - ஓம்

விளக்கவுரை

சுவாமி கிருஷ்ணானந்தா தனது சொற்பொழிவுகளில் இந்த மந்திரத்திற்கு கீழ்காணும் விளக்கத்தை அளிக்கிறார்:

தியானி (உபாசகர்) பிரார்த்தனை செய்கிறார்: "என் மரணத்திற்குப் பிறகு, நான் ஒரு தனி ஜீவனாக இருக்க விரும்பவில்லை. ஆண்டவனே! நான் உன்னுடன் இணைய விரும்புகிறேன்." ஒரு நதி கடலில் கலப்பது போல, என் தனித்துவத்தை இழந்து, நானும் உன்னில் இணைய விரும்புகிறேன். ஏனென்றால் தனித்துவம் என்றாலே அழிந்திடும் தன்மை (மரணம்).

எனவே, உபாசகர் கூறுகிறார், "வாயு அம்ருதம் அனிலம் கச்சது" என்று. இங்கே வாயு என்பது எனது உடல் பரவிய மூச்சுக் காற்றினை (வ்யஷ்டி பிரா-ணனை) அதாவது தனித்துவம் வாய்ந்த நுண்ணுடலைக் (சுக்ஷ்ம-சரிரம்) குறிக்கும். அதுபோல், அம்ருதம் அனிலம் என்றால் அழியாத வாயு. அம்ருதம் அனிலம் என்றால் சமஷ்டி-பிராணா என்று பொருள். அதாவது எனது உடல் பரவிய மூச்-சுக் காற்று (வ்யஷ்டி பிராணா), அண்டம் பரவிய மூச்சுக் காற்றுடன் (சமஷ்டி-பிராணத்தில்) இணையட்டும். அதன்பிறகு, "இதம் சாரிரம் பஸ்மாந்தம் அக்னீ". இந்த உடல் அக்னி தேவதைக்கு வழங்கப்படட்டும் என உபாசகர் வேண்டுகிறார். இந்த இணையும் செயல் முறைக்கு க்ரம முக்தி என்று கூறுவார்கள். ஆக, க்ரம-முக்தி மூலம் என் உடல் மூச்சு அண்டம் பரவிய காற்றுடன் இணையட்டும். ஒன்-றிணைக்கட்டும். உடல் அக்னி தேவனுக்கு திருப்பித் தரப்படட்டும். ஏன் இப்படி வேண்டுகிறார்.

ஏனெனில், இந்து கலாச்சாரத்தில், நாம் செய்யும் கடைசி சடங்கு பகவானுக்கு உடலை அர்ப்பணிப்பதாகும். உடல் எங்கிருந்து வந்தது? அந்த அண்டங்களிட-மிருந்தே (சமஷ்டி) அதாவது பகவானிடமிருந்து, இந்த உடல் வந்தது. எனவே பகவானே, உடலின் உரிமையாளர். குத்தகைக்கு எடுத்துள்ளேன். நான் அதை வாடகைக்கு எடுத்துள்ளேன். உடலை எடுத்ததன் நோக்கம் என்ன? உண்ணும் நோக்கத்திற்காக அல்ல. எனது உயர்ந்த இயல்பைப் பற்றிய அறிவைப் பெறுவதற்-காக நான் இந்த உடலை எடுத்துள்ளேன். இப்போது நான் அதை திருப்பித் தர விரும்புகிறேன். இது தான் அந்த வேண்டுகோளின் உட்கருத்து.

இந்து கலாச்சாரத்தில், அது தகனம் எனப்படும் சடங்கு மூலம் செய்யப்படுகி-றது. இது, சாதாரணமாக உடலை எரிப்பது அல்ல. இந்து கலாச்சாரத்தில், தகனம் செய்வது இறுதி வேத வேள்வி. இறந்த பிறகு என்னால் அதைச் செய்ய முடி-யாது என்பதால், குடும்ப உறுப்பினர்கள் என் சார்பாக இந்த சடங்கைச் செய்ய வேண்டும் - இந்த உடலை பகவானுக்குத் திருப்பிக் கொடுங்கள். குத்தகை முடிந்த

பின், நான் எப்படி தூய நிலையுடை உடலில் வந்தேனோ அதே தூய நிலையில் உடலை உரிமையாளரிடம் ஒப்படைக்க வேண்டும். அதற்கு என் உடலை புடம் போட்டுத் தரவேண்டும். அதற்கான தரகரே "அக்னி". எனவே உபாசகர் கூறுகிறார், "என்னுடைய இந்த உடல் அக்னி பகவானில் சாம்பலாகட்டும்." பஸ்மா அந்தம். பஸ்மம் என்றால் சாம்பல்.

பின்னர் உபாசகர் தனது சொந்த மனதை நோக்கி உரைக்கிறார் - "ஓ மனமே, நீ எப்போதும் உபாசனை (தியானம்) செய்திருக்கிறாய். இப்போது முக்கியமான தருணம் வருகிறது. இந்த நேரத்தில், உலகில் உள்ள மற்ற வேடிக்கையான விஷயங்களைப் பற்றி நினைக்க வேண்டாம். கடைசி நேரத்தில் ("அந்த காலே") வழிபாடு செய். இங்கே அவர் மனதைக் குறிப்பிடுகிறார், அவர் அதை "ஹே க்ரதோ!" என்று அழைக்கிறார். க்ரதுஷ் என்றால் மனம். ஸ்மர என்றால் ஞாபகம் . ஓம் இதி என்பது என்பது ஈஸ்வரனைக் குறிக்கிறது.

நாம் இறுதி மூச்சு விடும்போது ஒரு புனிதமான பிரார்த்தனை மிகவும் முக்கியமானது. என்னைப் போன்ற சாதாரண மனிதர்கள் அந்த முக்கியமான தருணத்தில் அத்தகைய மனநிலையில் இருந்து பிரார்த்தனையை ஓதுவதற்கு ஒருவர் மிகவும் அதிர்ஷ்டசாலிகளாக இருக்க வேண்டும். ஏனெனில் அந்தத் தருணம் தான், நமது இதுவரையிலான வாழ்க்கைப் பயணத்தின் சுருக்க உரையாகிறது.

18

தகன வேள்வி

முன்னுரை

நெருப்பைக் கண்டுபிடித்தது மனித வரலாற்றில் ஒரு முக்கியமான திருப்புமுனையாகக் கருதப்படுகிது. நெருப்பைக் கண்டு வியந்த மனிதன் மெல்ல மெல்ல அதை வழிபட ஆரம்பித்தான். கடைசியாக அதை எங்கும் நிறைந்த, எல்லாம் வல்ல இறைவனின் சின்னமாகவே வழிபடுவதை வேதங்களில் காணகிறோம். அவ்வாறு அக்கினி தேவனை இறைவனாகக் கொண்டு பிராத்திக்கின்ற மந்திரம் இது.

ஒளிக்கு அப்பாலுள்ள உண்மையைக்கண்ட முனிவர் அந்த உண்மையை நாமும் அடையவேண்டும் என்ற கருணைப் பெருநோக்கில், இவ்வாறு பிராத்தனை செய்யுமாறு நம்மிடம் கூறுகிறார். மனிதனின் கடைசி பாதைக்கு ஒரு முழு உள்கட்டமைப்பை உருவாக்கியுள்ளது உபநிடதம். அக்கட்டமைப்பில் அழலின் பங்கு இன்றியமையாதது. நெருப்பில் உடல் தகனம் ஒரு புனிதமான நிகழ்வு. ஆதலினால் ஆன்மாவின் ஈடேற்றம் கருதி பயபக்தியோடு அந்த இறைவடிவத்தை பிரார்தனை செய்வதை இந்த பண் எடுத்துரைக்கிறது

மந்திரம்

अग्ने नय सुपथा राये अस्मान्विश्वानि देव वयुनानि विद्वान् ।
युयोध्यस्मज्जुहुराणमेनो भूयिष्ठां ते नम उक्तिं विधेम ॥

"

பொன். எழிலரசன்

ஒலிபெயர்ப்பு

அக்னே நய' ஸுபதா'' ராயே அஸ்மான் விஸ்வா'னி தேவ வயனா'னி
வித்வான் |
யுயோத்யஸ்மஜ்ஜு'ஹுராணமேனோ பூயி'ஷ்டாம் தே னம'உக்திம் விதேம ||

மொழிபெயர்ப்பு

அழல் தெய்வமே ! புரிவினை யாவுமறிந்திட்டு - யாம்
நல்வினைப் பயனை துய்த்திட நல்வழியே நடத்திடு
உள் உறை தீவினை வஞ்சம்தனை விடுத்திடு
அளித்திட்டேன் பக்தியுடன் எம் வணங்குதலை

ஓம் அசஞ்சல அமைதி அமைதி அமைதி
ஓம் சாந்தி ஓம் சாந்தி ஓம் சாந்தி

விளக்கவுரை

இதுவரை, உபாசகர் பிரார்த்தனை மனதை நோக்கி எடுத்துரைத்தார். இந்த
மந்திரத தில் அவர், அழல் தத்துவமான நெருப்பிடம் பிரார்த்தனை புரிகிறார்.

"ஓ, நெருப்பின் ஆண்டவரே, என்னை (என் மரணப் படுக்கையில்
இருக்கும்) சரியான பாதையில் அழைத்துச் செல்லுங்கள். நீங்கள்
எல்லாம் அறிந்த இறைவன். என் பாவங்கள் அனைத்தையும் மன்-
னியுங்கள். மன்னிப்பது மட்டுமல்லாமல், என் எல்லா பாவங்களையும்
எரித்து அழிக்கவும். என் நன்மைக்கு என்ன செய்யுமோ அதை மட்-
டும் செய். கோடி கோடியாய் உனக்கு வணக்கம். அறியாமலும், அறி-
யாமையாலும், என் வக்கிரத்தாலும் நான் செய்த பாவங்கள் அனைத்-
தையும் எரித்துவிடு."

இந்த ஜெபங்களின் மூலம் ஜீவா சூரியனால் முழுமையான ஈஸ்வரனிடம் வழி-
நடத்தப்பட வேண்டும் என்று கேட்கிறார்.

உபாசகர் தனக்கு நிலையான செல்வத்தை வழங்குமாறு அக்னியை அழைக்-
கிறார். இது கடவுளின் உலகம் என்பதை உணர்ந்தார். தெய்வீகமானது உலகத்தி-
லிருந்து தனிமைப்படுத்தப்படவில்லை. உபாசகர் இப்போது அனைத்து மனித வடி-
வங்களிலும், உயிரினங்களிலும், தன்னில் இருக்கும் அனைத்து உயிரினங்களிலும்
தெய்வீகத்தின் இருப்பைக் காண்கிறார்.

பரம தெய்வீகத் தீயில் உபாசகர், காணிக்கையைச் செலுத்தும் போது, "அக்னே
இதம் ந நம" என்ற மந்திரத்தை உச்சரிக்கிறார். ஓ நெருப்பே! நான் என்னை
உமக்கு சமர்ப்பிக்கிறேன்; உன்னிடம் சரணடைந்தேன், இனி நான் அகங்காரம்
இல்லை, இனி நான் மனம் இல்லை. தன்முனைப்பு எண்ணம் மறைந்து, முற்றிலும்
இறக்கும் தன்முனைப்பு நிலையில் உள்ள ஒரு நபரின் இறுதிச் செயல் இது.
நிரந்தரமான பேரின்பம் உள்ளத்தில் மட்டுமே உள்ளது என்பதை அவர் இப்போது
புரிந்துகொள்கிறார். அவர் முழு விழிப்புணர்வுடன் இறைவனுக்கு நன்றியுள்ளவ-
ராக மாறுகிறார், மேலும் இந்த நன்றியுணர்வு பிரார்த்தனையாக மாறுகிறது, மேலும்
அவரே இறைவனாக உயர்த்தப்படுகிறார்.

இந்த மந்திரத்தின் ம்ற்றுமொரு விளக்கத்தை இப்போது காணலாம்:

*""அக்கினி தேவனே, ஒளிப்பொருளே! எங்கள் எல்லாசெயல்களை-
யும் அறிபவன் நீ. வினைப்பயனை அனுபவிப்பதற்காக எங்களை
அனுபவப் பாதையில் அழைத்துச் செல். எங்களைக் கொடிய தவறு-
களிலிருந்து விலக்கு. உனக்கு மீண்டும் மீண்டும் எங்கள் வணக்கங்-
கள்" என்று தம்மை அனுபவப் பாதையில் அழைத்துச் செல்லுமாறு
பிராத்திக்கிறார் உபநிடத ரிஷி.*
"

அனுபவப் பாதை என்பது என்ன ?

செயல்கள் பலன்களைத் தருகின்றன. நற்செயல்கள் நல்ல பலனையும், தீய
செயல்கள் தீய பலனையும் தருகின்றன. பலன்கள் வந்தால் அதை அனுபவித்தே-
யாகவேண்டும். இதுவரை செய்துள்ள செயல்களை அறிகின்ற இறைவனே! இனி
புதிய செயல்கள் செய்து பலன்கள் வராமல், செய்வதிற்கான பலனை அனுபவிப்-
பதாக மட்டும் எங்கள் வாழ்கை அமையட்டும் என்பது இந்தச் சொற்றொடரின்
பொருள்.

இவ்வாறு இறையருளை நாடி ஒரு பிராத்தனை. பூர்வமான வாழ்கையை நாம்
நடத்த வேண்டும் என்ற குறிப்புடன் ஈசாவாஸ்ய உபநிடதம் நிறைவு பெறுகிறது.

19

முடிவுரை

எந்த அர்த்தமும் இல்லாத, ஒரு பெயர்ச்சொல், இரண்டு பிரதிபெயர்கள், சில வினைச்சொற்கள் மற்றும் "முழுமை" பற்றி பேசுவதைத் தவிர வேறு எதையும் தெரிவிக்காத ஒரு தீங்கற்ற தோற்றமுடைய சாந்தி மந்திரத்தில் தொடங்கி, முழுமை என்ற சொல்லின் பொருளறிய, கடல், அலை, நீர் என்ற நிலைகள் வழியாக

அக்கடல்தான் நீர், இவ்வலைதான் நீர்

அக்கடலில் இவ்வலை தன் உதயம்

அக்கடலில் இவ்வலை கழியினும் நீர்

என்றுணர்ந்து, பதினெட்டு மந்திரங்களின் உதவியுடன் இறைவன் என்ற தத்-துவத்துடன், மனிதன், உலகம் என்ற படைப்புகள் எங்கனம் ஐக்கியமாக உள்ளன என்பதை அறிந்தோம்.

இப்பயணத்தின் முடிவில் நாம் உணர்வது என்னவென்பதை, மறுபடியும், கடல்-நதி உதாரணமுடன் இப்பொழுது காணலாம்.

"கடலில் நுழையும் முன் ஒரு நதி பயத்தால் நடுங்குகிறாள். அவள் கடந்து வந்த பாதையை திரும்பிப் பார்த்தாள். மலை உச்சிகளில் இருந்து, காடுகளையும், கிராமங்களையும் கடந்து வந்த நீண்ட வளைந்த பயணம் முடியும் தருணம். இப்பொழுது, அவள் முன் ஒரு பெரிய கடலை பார்க்கிறாள். உள்ளே நுழைவது என்பது என்றென்றும் மறைவது. நதிக்கு மரணத்தைத் தவிர வேறொரு வழியுமில்லை. நதி திரும்பிச் செல்ல முடியாது. திரும்பிச் செல்வது இருப்பில் சாத்தியமற்-றது. நதி துணிவுடன் முடிவு எடுக்க வேண்டும்

முடிவு என்ன ? கடலுக்குள் நுழைவது, ஏனெனில் அப்போதுதான்

பயம் நீங்கும். ஏனென்றால் அங்குதான் நதிக்கு தெரியும்; இது கடலில் மறைந்து போவது அல்ல, ஆனால் கடலாக மாறுவது என்று.''

எனது சிற்றறிவுக்கு எட்டிய சிந்தைகளை இந்நூல் வழியாக வெளிப்படுத்த கிடைத்த இந்த தருணத்தை இறைவனுக்கு அர்ப்பணித்து அவன் தாழடி பணிகி-றேன்.

இறையருள் பெருக ! வளமுடன் வாழ்க

இணைப்புகள்

தத்துவங்களின் முன்னோக்கம்

ஆத்மா

நடைமுறை வாழ்க்கையில் நம் அனைவரையும் கேட்கப்பட்ட, நாம் அனைவரையும் கேட்ட ஒரே கேள்வி எது என்றால், அது "நீ" யார்? என்றால் அது மிகையாகாது. அக்கேள்விக்கு பதில் அளிக்க- வும் நாம் தயங்குவதில்லை. வெகு சுலபம், அல்லவா?

இதே கேள்வியை, எட்டு வயதான சங்கரன் எனும் சிறுவனிடம், ஏறத்தாழ இரண்டாயிரம் ஆண்டுகளக்கு முன் கேட்டபோது, அவன் அதற்கு அளித்த பதில் இவ்வுவுலகை இன்றைக்கும் சிந்திக்க வைக்- கிறது.

எனவே, சட்டென்று இக்கேள்விக்கு பதில் அளிப்பதற்கு முன் சற்று ஆராய்வோம்; முதலில் நமது சனாதன தர்ம வேதாந்த வழி- யில், பின் விஞ்ஞான உளவியல் வழியில்.

வேதாந்த விளக்கம்

மானிடரான நம் அனைவருக்கும் உடலும், உயிரும் உளது என்- றும், உற்ற தேகத்தை உயிர், உயிரை மேவிய உடல் இரண்டும் ஒரு நாணயத்தின் இரு பக்கங்கள் போல என்றும் அனைவரும் அறி- வோம்.

அப்படி உயிரை மேவிய உடலையும், அவ்வுடல் உறையும் இவ்- வுலகத்தையும் முதலில் ஒப்பிட்டுப் பார்க்கலாம். அப்படி ஒப்பிட்டுப் பார்த்தால், இரண்டிற்கும் பொதுவான ஐந்து அம்சங்களைக் காண்கி- றோம். அந்த ஐந்து அம்சங்கள் என்ன?

1. த்ருஷ்யத்வம் - அதாவது, வெளி உலகமும் உடலும் அனுபவப் பொருள்கள். அதாவது நமது உடல்-மனம்-புத்தி வளாகத்தைப் பயன்படுத்தி நாம் எதை அனுபவிக்கிறோம்/அறிகிறோமோ அதையே முக்கியமாகக் குறிக்கிறது.
2. பௌதிகத்வம் - இரண்டும் பொருளால் ஆனது. பஞ்ச-பூத- கார்யம். பௌதிகம் என்றால் ஐந்து கூறுகளின் (பூமி, நெருப்பு, நீர், காற்று மற்றும் விண்வெளி) தயாரிப்பு என்று பொருள்.

3. சகுணத்வம் - இவை இரண்டும் வெவ்வேறு குணங்கள் அல்லது குணங்களைக் கொண்டவை.

4. சவிகாரத்வம் - இரண்டும் தொடர்ச்சியான மாற்றம், மாற்றங்களுக்கு உட்பட்டது, அதாவது, மாற்றத்திற்கு உட்பட்டது. உலகமும் மாறிக்கொண்டே இருக்கிறது. உடலும் மாறுகிறது. இம்மாறும் தன்மையை பின்னர் நாம் நம் மனதிற்கும் நீட்டிக்க வேண்டும். எனவே, அவை இரண்டும் சவிகாரம், மாற்றத்திற்கு உட்பட்டவை.

5. ஆகமாபாயித்வம் - ஆகம அபாயி - ஆகமம் என்றால் ஒரு குறிப்பிட்ட நிலை; அபாயி என்றால் அந்நிலை அழிந்தால் அதுவும் அழிந்துவிடும், கிடைக்காது. உடலும், உலகும் விழிப்பு நிலையான ஜாக்ரத்-அவஸ்தாவில் மட்டுமே கிடைக்கும். எனது ஜாக்ரத் அவஸ்தாவில் உடல் எனக்குக் கிடைக்கிறது. இந்த உலகமும் எனக்கு ஜாக்ரத்-அவஸ்தாவில் மட்டுமே கிடைக்கிறது. ஜாக்ரத்-அவஸ்தா என்றால் விழித்திருக்கும் நிலை என்று பொருள். நான் கனவு காணவோ, உறங்கவோ செல்லும் தருணத்தில் உலகமும் கிடைக்காது, உடலும் கிடைக்காது. மற்றவர்கள் உடலைப் பார்ப்பார்கள் ஆனால் எனக்கு இரண்டுமே கிடைக்கவில்லை.

எனவே, உடலும் உலகமும் அனைத்து அத்தியாவசிய அம்சங்-களிலும் மிகவும் ஒத்திருக்கிறது. இதிலிருந்து நாம் எடுக்க வேண்டிய முடிவு என்ன? உடலும் உலகமும் உணர்ச்சியற்ற நிலையற்ற ஜடப் பொருட்களே; இந்த சுவர், இந்த தளம், இந்த மின்விசிறி, இவை அனைத்தும் உணர்ச்சியற்றவை. உடலும், இயல்பாகவே உணர்ச்சி-யற்றதாக இருக்க வேண்டும்.

பின்னர் அதையே மனதிற்கும் நீட்டிக்க வேண்டும். மனமும் அனுபவத்தின் பொருளே. எப்படியென்று பாரக்கலாம்.

வேத சாஸ்திரத்தின்படி, மனமும் பஞ்ச பூதங்களால் ஆனது. ஒரே வித்தியாசம். பரு உடல் ஐம்பொறிகள் (மெய், வாய், கண், மூக்கு, செவி) வழி பஞ்ச பூதங்களுடன் (உலகுடன்) தொடர்பு கொள்ளும். மனம், நுண்ணுடல் ஐம்புலன்கள் (சுவை, ஒளி ஊறு ஓசை நாற்றம்) வழி பஞ்ச பூதங்களுடன் (உலகுடன்) தொடர்பு கொள்ளும். மனமும் சகுணத்வம் பெற்றுள்ளது, குணங்களுடையது. மற்றும் மனத்திற்கும் மாற்றம் உண்டு. அதற்கு சவிகாரத்வம் உண்டு.

மேலும் ஐந்தாவது ஆகமாபாயித்வம். ஜாக்ரத் மற்றும் ஸ்வப்னா (விழிப்பு, கனவு நிலைகள்) ஆகியவற்றில் மனம் கிடைக்கிறது, ஆனால் ஸுஸுப்தியில் (ஆழ்ந்த உறக்க நிலை) மனம் கிடைக்-காது. எனவே, அதுவும் ஆகமாபாயித்வத்திற்கு உட்பட்டது.

எனவே, நாம் அடையும் முடிவு, உலகம் போல உடலும் மனமும் இயல்பிலேயே உணர்ச்சியற்றவை - ஜடப்பொருள்கள தான். படிப்ப-டியாக மேலும் ஆய்வோம்.

முதலில் உடலும் மனமும் இயல்பாகவே உணர்ச்சியற்றதாக இருந்தாலும், இரண்டுமே உணர்வூர்வமானவை என்பது நமது அனுபவம். அல்லவா? இது எப்படி சாத்தியம்? இரண்டாவது - எனவே, அவர்கள் உணர்ச்சியைக் கடன் வாங்கியிருக்க வேண்டும். இது அடுத்த படி - இரண்டும் இயல்பாகவே உள்ளார்ந்த உணர்ச்-சியற்றவை; எனவே, அவர்களின் உணர்வு கடன் வாங்கப்பட்டிருக்க வேண்டும். உதாரணமாக, சந்திரனுக்கு அதன் சொந்த ஒளி இல்லை, ஏனெனில் அது ஒரு கிரகம் கூட இல்லை. இது ஒரு செயற்கைக்-கோள் மட்டுமே. அதற்கு சொந்த ஒளி இல்லை. ஆனால் ஒரு முழு நிலவு இரவில், நான் ஒரு பிரகாசமான நிலவை அனுபவிக்-கிறேன். பிரகாசம் என்பது சந்திரனுக்கு உள்ளார்ந்ததல்ல. அது பிர-காசமாகத் தோன்றினால், பிரகாசத்தை வேறு ஏதேனும் மூலமான சூரியனிடமிருந்து கடன் வாங்க வேண்டும். அதேபோல, உடல்-மன-உணர்வு சிக்கலானது சந்திரனைப் போன்றது. இது கடன் வாங்கப்-பட்ட உணர்வைப் பெற்றுள்ளது. இது அடுத்த பாடம். மூன்றாவது - மேலும் அடுத்தது என்ன? கடன் வாங்கிய உணர்ச்சி இருந்தால், கடன் கொடுக்க யாராவது இருக்க வேண்டும். உணர்ச்சியற்ற உடல்-மன வளாகத்திற்கு உணர்ச்சியைக் கொடுக்கும் அந்தக் கொள்கை-தான் ஆத்மா என்று வேதாந்தத்தில் அழைக்கப்படுகிறது.

உடல் மன வளாகம் கடன் வாங்கிய உணர்ச்சியைப் பெற்றி-ருந்தால், ஆத்மா அதைக் கொடுக்கிறது என்றால், ஆத்மாவின் இயல்பு உடல் மன வளாகத்தின் தன்மைக்கு நேர்மாறாக இருக்க வேண்டும். ஏன்? ஏனெனில் த்ருஷ்யத்வம், சகுணத்வம், சவிகாரத்-வம் போன்ற ஐந்து அம்சங்களும் ஆத்மாவிற்கும் இருந்தால், ஆத்-மாவும் ஜடமாகிவிடும். ஆத்மாவும் ஜடம் என்றால், அதற்கு வேறு ஏதாவது தேவைப்படும். ஆத்மா ஜடமாக இருக்க முடியாது என்ப-தால், அது மற்ற ஐந்து அம்சங்களுக்கு மாறாக ஐந்து அம்சங்களைக் கொண்டிருக்க வேண்டும்.

1. அத்ருஷ்யத்வம் - அது ஒருபோதும் அனுபவப் பொருளல்ல. அது எப்போதும் அனுபவிப்பதே, அனுபவிக்கப்பட்டது அல்ல. இது அத்ருஷ்ய அல்லது த்ருக்-ஸ்வரூபம்.

2. அபௌதிகத்வம் - இது ஒரு பொருள் அல்ல. அதனால்தான், பௌதிக அறிவியலால் ஆத்மாவைப் படிக்க முடியாது. அந்த அறிவியலால் பொருள் மற்றும் பொருட்களை மட்டுமே படிக்க முடியும். ஆத்மா என்பது பொருள் அல்லாதது. அது கிடைக்காது. இது அபௌதிகத்வம். பொருள் அல்லாத ஆன்மீக தத்துவம்.

3. அகுணத்வம் அல்லது நிர்குணத்வம் - ஆத்மாவிற்கு பொருள் மற்றும் பொருளுக்கு இயற்கையான எந்த பண்புகளும் குணங்களும் இல்லை. அது நிர்குணம்.

4. அவிகாரத்வம் - ஆத்மா எந்த வித மாற்றத்திற்கும் உட்பட்டது அல்ல. உடல், மனம் உட்பட வெளி உலகில் ஏற்படும் அனைத்து மாற்றங்களுக்கும் இது மாறாத சாட்சியாகும்.

5. அநாகமாபாயித்வம் - வருகைக்கும் புறப்பாட்டுக்கும் உட்பட்டது அல்ல.

எனவே அத்ருஷ்யத்வம், அபௌதிகத்வம், நிர்குணத்வம், அவி-காரத்வம், அநாகமாபாயித்வம் ஆத்மாவின் இயல்பு. ஆத்மாவின் இருப்பை ஒருபோதும் சந்தேகிக்க முடியாது, ஏனென்றால் ஒவ்வொரு அனுபவமும், அனுபவப் பொருளாக இல்லாத அனுபவசாலியின் இருப்பை நிரூபிக்கிறது. படத்தில் இல்லாத கேமராவுக்கு ஒவ்வொரு படமும் சான்றாக இருப்பது போல், புறநிலை உலகில் இல்லாத அனுபவசாலிக்கு ஒவ்வொரு அனுபவமும் சான்றாகும்.

இதுவே வேதாந்த ரீதியிலான ஆத்ம விளக்கம். இப்பொழுது உளவியல் ரீதியாக (psychological perspective) சற்று சிந்திப்-போம்.

உளவியல் விளக்கம்

நாம் எதிர்கொள்வது எதுவும் நம்மின் ஒரு பகுதியாகக்கூட இருந்தாலும், நாம் அது இல்லை; நாம் அதைவிட பெரிது என

உணர்கிறோம் அல்லவா? ஆக நாம் எதிர்கொள்ளும் அனைத்தும் நமது அனுபவங்களேயன்றி நாம் அல்ல என்று உணர்கிறோம். அதாவது நம்மையும் நாம் எதிர்கொள்ளும் பொருட்களையும் இணைப்பது நம் அனுபவம் என்று அறிவோம். இந்து உலகமும் அப்படித்தான். அது நம் அனுபவமே.

சரி, இப்பொழுது நம் பார்வையை உள்நோக்கி திருப்புவோம். நம்மில் பெரும்பாலோர், நம் உடலும் பொருளே ஆகையால் நான் உடல் அல்ல என்று கூறுவோம். கனவுலகில் "நான்" நானாகத்தான் இருக்கிறேன்; உடல் எங்கோ உள்ளது. எனவே என் உடல் எனும் பாத்திரத்திற்குள் உறைந்திருப்பது போலிருக்கும் உணர்வே "நான்" எனும் எனக்கு உடலைவிட நெருக்கம் என்தோன்றுகிறது, அல்லவா?

ஆனால் நானெனும் அபிமானம் (அஹங்காரம், Ego) அதாவது "தன்முனைப்பு" -அது என்ன? தலையில் என்னைப்பற்றி வைத்தி-ருக்கும் நிழற்படமா? இருக்காது போல. ஏனெனில், அப்படம் ஒரு கலவைப்படம்; என்னை நான் கண்ணாடி முன் பார்த்த படங்க-ளின் தொகுதி, என் நினைவுகளின், உணர்வுகளின் ஒரு தெளிவிலா கலவை அப்படம். எனவே என் அகங்காரம் என்பது என்னை ஒரு பொருளாய் (object) உணர நான் செய்யும் ஒரு வீண் முயற்சி. உண்மையில் "நான்" ஒரு பொருளல்ல. நான் உணர்கிறேன், சிந்-திக்கிறேன், விரும்புகிறேன், செயல்படுகிறேன் என்றெல்லாம் என்னை உடல் சார்ந்த ஒரு படத்தொடர்பாக நான் உணரலாம்; அத்தகைய உணர்வு, ஒரு வசதியான கற்பனை, ஆனால் அது என்னுடைய முழு நிழற்படம் அல்ல. அவை "நான்" அல்ல.

மேலை நாட்டு உளவியல் அறிஞர்கள், குழந்தையின் வளர் பருவத்தில் இதை உடல் சார்ந்த "கண்ணாடி நிலை"என்கிறார்கள். ஏனென்றால் ஒரு கண்ணாடியின் முன் இருப்பதைப்போல சிந்திப்பது - கண்ணாடி ஒரு பொருளாக அங்கு இல்லாவிட்டாலும், மிக முக்-கியமாக, மற்றவர்களின் பார்வையெனும் கண்ணாடியில் குழந்தை-யின் உடலின் பிரதிபலிப்பு. அங்கிருந்துதான், தன்முனைப்பு (ego) தொடக்கம். பிறர் நம்மைப் பார்க்கும் பார்வையை சார்ந்து அக்கு-ழந்தை அதனைப் பார்க்க ஆரம்பிக்கின்றது.

அதாவது என்னை, "என் உடலுள் வசிக்கும் நான்" என்று உணர ஆரம்பிக்கின்ற கட்டமே தன்முனைப்பின் உருவாக்க கட்டம். சரி, என்னுடல், என் தன்முனைப்பு இவைகள் இருக்கட்டும். என்-னுள்ளே இன்னும் சிக்கலான என் நினைவுகள், உணர்வுகள், கனவு-

கள் எல்லாம் தோன்றுகின்றனவே ! என் கட்டுக்குள் அடங்கா, என்னுள் இருக்கும் ஏதோ ஒரு இடத்திலிருந்து அவைகள் தோன்று- கிறதே. அந்த இடத்தைத் தோண்டத் தோண்ட நினைவுகள் உணர்- வுகளின் கருவூலங்கள் கிடைக்கின்றனே தவிர அந்த இடம் கிடைக்- கவில்லையே. இதில், ஒரு விஷயத்தை நாம் கவனிக்க வேண்டும். தோண்டுபவன், தன்முனைப்பு, நினைவுகள், உணர்வுகள், கனவுகள் இவையனைத்துமே ''நான்'' தான்.

ஆக, உடலில், தோண்டியும் கிடைக்காத அந்த இடமாகவும் அதைக் கடந்தும், தன்முனைப்பாகவும் அதைக் கடந்தும், நினைவு- களாகவும் அதைக் கடந்தும், உணர்வுகளாகவும் அதைக் கடந்தும், உடலின் வெளியே உள்ள பொருட்களின் அனுபவமாகவும், உணர்- வுகளாகவும் அவைகளக் கடந்தும் இருக்கும் நானே அந்த ''நான்''.

அந்த ''நான்'' தான் ஆத்மா. இதனையே SELF என்று ஆங்- கிலத்தில் கூறுகின்றனர்.

பிரம்மன், பரம்பொருள்

முன்னுரை

நமது சனாதன தர்மத்தில் பிரம்மன் (Brahman) என்ற தத்துவத்திற்கு பரமாத்மா, பரம்பொருள், இறைவன், கடவுள், ஆதிபகவன் என பல பெயர்கள் உள்ளன.

முண்டக உபநிஷதம் "பிரம்மன்" அல்லது பரம்பொருள் என்று அழைக்கப்படும் இறுதி யதார்த்தத்தை இங்கனம் வரையறுக்கிறது.

यत्तददृश्यमग्राह्यमगोत्रमवर्णमंचक्षुःश्रोत्रं तदपाणिपादम् ।
नित्यं विभुं सर्वगतं सुसूक्ष्मं तदव्ययं यद्भूतयोनिं परिपश्यन्ति धीराः || 1.1.6 ||

யத்ததத்ரேஷ்யமக்ராஹ்யமகோத்ரமவர்ணம்மசக்ஷுஸ்ரோத்ரம் ததபாணிபாடம் |
நித்யம் விபும் ஸர்வகதம் ஸுஸுக்ஷ்மம் ததவ்யம் யத்பூதயோனின் பரிபஸ்யந்தி தீர: || 1.1.6 ||

"கண்ணுக்குத் தெரியாதது, நினைத்துப் பார்க்க முடியாதது, ஆதியும், அந்தமும் இல்லாதது. எந்த வகைப்பாடும் இல்லாதது (வர்ணம்), கண்கள் மற்றும் காதுகள் இல்லாதது, கைகள் மற்றும் கால்கள் இல்லாதது, மற்றும் நித்தியமானது, எங்கும் நிறைந்தது, மிகவும் நுட்பமானது மற்றும் அழியாதது" - அனைத்து உயிரினங்களின் இருப்பு இதுதான் என ஞானியரும், பெருமுனிவர் பலரும் கூறுவர்" என அந்த உபநிடதம் கூறுகிறது."

ஆதி சங்கரர், வேதாந்த சூத்திரத்தின் விளக்கவுரையில், மாசிலா நிரந்தரமான தூய்மையுடன், முழு அறிவுடன், தன்னிச்சையான தன்மையுடன், வாக்கு, மனம் இவைகளைக் கடந்து, பொருள் என்ற வரையிலாது எங்கும் எதிலும் நீக்கமற நிறைவாக எது இருக்கிறதோ அதுவே பரம்பொருள் என்கிறார்.

> *"நித்ய வஸ்து ஏகம் பிரம்மம்*
>
> *தத் வ்யத்ரிக்தம் ஸர்வம் அநித்யம்"*

இந்த உலகமும் அதில் உள்ள அனைத்தும் மாறிக்கொண்டே இருக்கின்றன. ஆனால் அதை நிலைநிறுத்துவது என்றும் மாறாது. அது எப்பொழுதும் ஒன்றே. அதுதான் கடவுள் - பிரம்மன் - இறை- வன் என்று அழைக்கப்படும் யதார்த்தமான ஒரே உண்மை என வேத சாஸ்த்திரங்கள் உரைக்கின்றன.

> *"நில்லாத வற்றை நிலையின என்றுணரும்*
>
> *புல்லறி வாண்மை கடை."*

என்ற திருக்குறளும் இக்கருத்தை பிரதிபலிக்கிறது. இறைவன் ஒருவன். அவனே பரம்பொருள், அவன் ஆதியும் அந்தமும் இல்- லாதவன். அவன் ஒருவனே மெய்ப்பொருள். அவனுக்கு ஈடான பொருள் ஒன்றும் இல்லை. இதனைத் திருக்குறள் "தனக்குவமை இல்லாதான் " என்கிறது. "ஒன்று அவன்தானே" என்கிறது திருமந்- திரம். இதனை மாணிக்கவாசகர்

> *"முன்னைப் பழம்பொருட்கும் முன்னைப் பழம்பொருளே*
>
> *பின்னைப் புதுமைக்கும் பேர்த்தும் அப்பெற்றியனே"*

என திருவெம்பாவையில் கூறுகிறார்.

குணமிலா, அமைதி நிலையான பரப்பிரம்மன் என்றும் சத்தியம், ஞானம், அனந்தம்; அதாவது சத் சித் ஆனந்தம் (அச்சொற்கள் மருவி சச்சிதானந்தமாயிற்று தமிழில்). அதாவது,

1. யாண்டும் உள்ள, மாறா உண்மை என்பது சத்தியம். அது தூய இருப்பு. மெய்ப்பொருள்.
2. யாண்டும் உள்ள, மாறா அறிவு என்பது ஞானம். அது தூய உணர்வு. மெய்யறிவு.
3. யாண்டும் உள்ள, மாறா சுகம் என்பது ஆனந்தம். அது தூய இன்பம் . பேரின்பம்.

வேதாந்த விளக்கம்

முதலில் பிரம்மன்/பரம்பொருள் என்ற உண்மை எப்பொழுதம் ஒன்றே ஒன்றுதான், பல அல்ல என்பதைப் புரிந்து கொள்ள வேண்-டும். இந்தப் பரம்பொருள் எனும் உண்மையை, வேதாந்தம் மூன்று விதமாக வர்ணிக்கிறது. எந்த நிலையிலிருந்து அல்லது எந்தக் கண்-ணோட்டத்தில் அந்த வர்ணனை என்பதைப் புரிந்து கொள்வது இன்-றியமையாதது. அந்த மூன்றினையும் இப்பொழுது பார்க்கலாம்.

பரம்பொருளும் பார்வைநிலையும்

1. பரம நிலை (பரமார்த்திகா) - இந்நிலைதான் உயரந்த நிலை. எங்கும் எந்நேரமும் நித்தியமான உண்மை (சத்யம்) நிலை. உதாரணமாக, தங்க ஆபரணங்கள் வெவ்வேறு பெயர்களில், வடிவினில் இருக்கலாம். அவைகளனைத்தும் தங்கமே. இது பரம நிலை உண்மை.

2. மருவு நிலை (ப்ரதிபாஷிகா) - இந்நிலையில் அடிப்படையுமில்லை, இருப்புமில்லை. இது மாயையின் செல்வாக்கில் வந்த நிலை, நம் கனவில் வரும் காட்சிகளைப் போல. மங்கிய ஒளியில அல்லது இருளில் தொங்கும் கயிற்றினைப் பாம்பு என்று கருதுவது, இந்நிலைக்கு உதாரணம்.

3. அனுபவ நிலை (வ்யவகாரிகா) - நாம் ஒரு கண்ணாடியின் முன் நிற்கும்போது, நமது பிரதிபலிப்பைப் பார்க்கிறோம். நாம் வெளியேறும்போது, பிரதிபலிப்பு மறைந்துவிடும். எனவே, பிரதிபலிப்பு அசலைச் சார்ந்துள்ளது. அசல் இருக்கும் போது

மட்டுமே, பிரதிபலிப்பு. இங்கே அடிப்படை அசல். அது இல்லாமல், பிரதிபலிப்பு இல்லை. அசலின் இருப்பை, நாம் நமது அனுபவமாக காணும் பிரதிபலிப்பு இந்நிலையின் ஒரு எடுத்துக்காட்டு. இதை வெளிப்பாடு நிலை என்றும் கூறலாம்.

உண்மையில், நாம் செய்யும் எல்லாமே அனுபவ நிலையில்தான். பரம நிலை என்று இங்கு நாம் விளக்குவதுகூட அனுபவ நிலை-யில்தான். பிரம்மனைத் (பரம்பொருளைத்) தவிர வேறு ஒருவரும் பரமநிலை அறிந்திலர். இந்த வலியுறுத்தல் கூட அனுபவ நிலையி-லிருந்து தான்.

ஆதலால் தான் ரிஷிகளும், முனிவர்களும் எப்போதும் கவன-மாக இருக்கின்றனர் மற்றும் அவர்கள் தவறான கூற்றுக்களைத் தவிர்க்கிறார்கள். அவர்கள் சொல்வதைப் புரிந்துகொள்ளாததுதான் நமது பிரச்சனை; பெரும்பாலான நேரங்களில், நமது அறியாமையை/ தவறுகளை அவர்கள் மீது சுமத்துகிறோம். அவர்கள் அனுபவ நிலையில் சத்தியத்தை விளக்குவதற்கு ஒரு `குறிப்பீட்டுப் புள்ளி-யைப் (reference point) பயன்படுத்துகிறார்கள், மேலும் அவர்கள் நமது அறியாமையின் வரம்புகளை அறிந்திருக்கின்றனர்.

கயிறு மற்றும் பாம்பு உதாரணத்தில், குறிப்பீட்டுப் புள்ளி என்பது கயிறு. அனுபவ நிலையில் அது உண்மை எனெனில் அக்கயிறு இருக்கிறது. இருள் (அறியாமை) காரணமாக இருக்கும் அக்கயிறு, இல்லாத பாம்பாகத் தோன்றுகிறது. ஆனால் சரியான புரிதல் (டார்ச் லைட்) உடன் உண்மை வெளிப்படுத்தப்படுகிறது.

இந்தக் குறிப்பீட்டுப் புள்ளியிலிருந்து, தர்க்க அறிவை வைத்து பரமநிலை உண்மையை எடுத்துக்காட்டப்பட்டது இந்த கயிறு-பாம்பு உதாரணத்தில். அனுபவ நிலையில் உண்மையாக இருக்கும் கயிறும் இல்லாத பாம்பும் பரம நிலையில் உண்மையாக இருக்கும் பிரம்-மனையும், இல்லாத உலகினையும் எடுத்துக்காட்ட உபயோகப்படுத்-தப்பட்டது. இந்த ஒப்புமைதனை ஏற்றுக்கொள்ளாதவர்களுக்கு, பரம நிலையைப் பற்றியோ அல்லது பிரம்மனைப் பற்றியோ இந்த குறிப்-பீட்டால் எந்த ஒரு பயனுமில்லை.

பரமநிலையில் உண்மை என்னவென்று அறிய, அனுபவ நிலைக்கு அப்பால் நமது புரிதலை நீட்டிக்க வேண்டும். பரமநிலை உண்மையை எந்த அதிபுத்திசாலி மனமும் பகுத்தறிந்திட முடியாது. அந்த நிலையில் உண்மையை அறியவேண்டுமென்றால் (அதாவது

அனுபவ நிலையில் ஒப்புமை/எடுத்துக்காட்டுடன் பரமநிலைக்கு நீட்-டிய நம் புரிதலை ஏற்றுக்கொள்ள வேண்டுமென்றால்) நமக்கு வேதங்கள் இன்றியமையாதவை. அவை கூறும் வாக்கியங்களே நமக்கு ஆதாரம்; அதிகாரமும் கூட.

பிரம்மனின் வெவ்வேறு வர்ணனைகள்

நமது மறைகள் பரம்பொருளின் (பிரம்மன்) தன்மையை வெவ்-வேறு இடங்களில், ஹிரண்யகர்பா, ஈஸ்வரா, நிர்குணப் பிரம்மன், சகுனப் பிரம்மன், காரண பிரம்மன், காரிய பிரம்மன், விராடன், என்று பலவேறாக குறிப்பிடுகிறது. இப்படி வெவ்வேறு விதமாக வர்-ணிப்பதால், சில சமயங்களில் பிரம்மனைப் பற்றிய குழப்பங்கள் நமக்கு எழலாம். இவைகளெல்லாம் முன்கூறியபடி, பார்க்கும் நிலை-களைப் பொருத்தது. எனவே இவைகளப் பற்றிய தெளிவு நமக்கு வேண்டும். அவைகளில் சிலவற்றை இப்பொழுது சுருக்கமாகப் பார்க்கலாம்.

1. பரமார்த்திக நிலை, அதாவது அறிபவன், அறிவது, அறிவு இம்மூன்றும் ஒன்றிணைந்த ஒருமை நிலையான உயர்நிலையில், பரம்பொருளை குணங்களிலா (no attributes) , வரையரையிலா (unconditioned) , வெளிப்பாடிலா (unmanifested) நிர்குணப் பிரம்மன் அல்லது பரப்பிரம்மன் என்றும் கூறலாம். இது நம் அனைவருக்குமுள்ளே தூய இருப்பு (pure existence), தூய அறிவு(pure knowledge), தூய இன்பம் (pure happiness/bliss) ஒருங்கிணைந்த நிலையாய் (சத்யம் ஞானம் அனந்தம்) உள்ளொளியாய் (ஸ்வயம்பிரகாசமாய்) இருப்பது. வள்ளலார் இதனையே அருட்பெரும் ஜோதி என்றார். தூய இருப்பு உணர்வாய் (சத்தியம்) மற்றும் தூய நுண்ணறிவு (ஞானம்) அல்லது சக்தியாய் தடையின்றி ஒருங்கிணைக்கப்பட்ட நிலையே பேரின்ப நிலை (ஆனந்தம்). இதை சிவசக்தி நிலை, அர்த்தநாரி நிலை என்பர். இந்த நிலையே நிர்குணமான ஒரே உண்மை நிலை (Ultimate Reality). அதாவது குணங்கள் அனைத்தும் சமநிலையில்

உள்ளன, அமைதியான மற்றும் வெளிப்படுத்தப்படாமல் உள்ள நிலை - ஆழ்கடலில் உள்ள அமைதியான அலையை/நீரைப் போல. இந்த பரம நிலை பிரம்மனை அறிவது எளிதல்ல. அப்படி அறியும் அறிவை "பர வித்யா" அல்லது "பரம ஞானம்" என்பர். இது தான் முக்திநிலை அல்லது வீடுபேறு நிலை.

2. வியாவஹாரிகா நிலையில் (அனுபவ நிலையில்), பரப்பிரம்மன் அதே தூய இருப்பு/உணர்வாகவே உள்ளது. சக்திநிலையான பிரக்ருதி (பரமார்த்திக நிலையில் இதனை மூலப்பரக்ருதி என்பர்) தன்னுடன இணைந்திருக்கும் சத்வ, ரஜ, தமஸ குணங்களின் மூலம் தன்னை மாற்றிக் கொண்டு, மாயா & அவித்யா எனப்படும் இரண்டு நிலை பிரதிபலிப்பான்களை முன்வைத்து, பிரம்மனை ஈஸ்வரனாகவும் ஹிரண்யகர்ப்பனாகவும் பார்க்க வழிவகுக்கிறது. பரமார்த்திகா நிலையில் நிர்குணனாக இருக்கும் பரப்பிரம்மன், மாயையால் பிரதிபலிக்கப்பட்டு, வரையரைகளாலான (அறிபவன்/அறிவது வேறுபாடு, காலம், இடம் போன்றவைகள்), வெளிப்பாடுடைய சகுண பிரம்மனாகிறான். மாயையின் தொடர்புடைய அந்த சகுணப் பிரம்மனின் வெளிப்படா நிலையில் ஈஸ்வரன் (காரணப் பிரம்மன்) என்றும், வெளிப்படும் நிலையில் (manifested state) ஹிரண்யகர்பா, பிரம்மா (நான்முக கடவுள்), காரியப் பிரம்மன் எறும் அழைக்கப்படுகிறான்..

3. பரப்பிரம்மன், சகுணப்பிரம்மன் (ஈஸ்வரன், ஹிரண்ய கர்ப்பா) என்ற மேற்கூறிய இரண்டு நிலைப் பெயர்களை, முறையே ஆழ்உறக்க/காரண உடல் நிலை, கனவு/நுண்ணுடல் நிலைகளுக்கு ஒப்பிட்டால், விழிப்பு/பரு உடல் நிலையில் பரம்பொருளுக்கு "விராட்" என்று பெயர்.

பரப்பிரம்மனே தனது சகுண அம்சத்தில், காரிய மற்றும் காரண பிரம்மனாக இருப்பதாக கூறப்படுகிறது. ஆகையினால், நித்தியமான, பிறப்பற்ற பரப்பிரம்மன் தான், தனது மாயையின் சக்தி மூலம் இந்த பிரபஞ்சமாக பிறந்து/வெளிப்படுகிறான் என்று மறைகள் கூறு- கின்றன. மங்கிய ஒளியில் இருக்கும் கயிறை இல்லாததாக போல- வும், இல்லாத பாம்பை இருப்பது போலவும் (misapprehension and non apprehension of reality), தன் மாயச்சக்தி கொண்டு நம்மிடம் விளையாடுகிறான் அப்பரப்பிரம்மன். அதுபோல, காரண

காரிய வரையரைகளால், இல்லாத உலகத்தை இருப்பது போலவும், உள்ளிருக்கும் அவனை இல்லாதவன் போலவும் காட்டி லீலைகள் புரிகின்றான் பரப்பிரம்மன்.

எனவே, வேதங்களைப் படிக்கும் போது, ஒரு குறிப்பிட்ட வசனம் பிரம்மனின் எந்த அம்சத்தைக் குறிக்கிறது என்பதைப் பற்றி சரியாகப் புரிந்துகொள்வது மிகவும் இன்றியமையாதது.

உளவியல் விளக்கம்

நாம் எதிர்கொள்வது எதுவும் நம்மின் ஒரு பகுதியாகக்கூட இருந்தாலும், நாம் அது இல்லை; நாம் அதைவிட பெரிது என உணர்கிறோம் அல்லவா? ஆக நாம் எதிர்கொள்ளும் அனைத்தும் நமது அனுபவங்களேயன்றி நாம் அல்ல என்று உணர்கிறோம். அதாவது நம்மையும் நாம் எதிர்கொள்ளும் பொருட்களையும் இணைப்பது நம் அனுபவம் என்று அறிவோம். "நான்", என் உலகம் இரண்டும் என் அனுபவ நாணயத்தின் இரு பக்கங்கள்.

எனினும் என்னுடைய அனுபவம் வேறொரு பெரிய அனுபவத்-தின் ஒரு பகுதியாக (அம்சம்) இருந்தால், அந்தப் பெரிய அனுப-வத்தின் மறுபக்கமாக ஒரு "நான்" ஒரு "உலகம்" என்று இரண்-டும் இருக்க வேண்டும்; அந்த பெரிய "நானில்" "என் "நான்"ஒரு அம்சம், அந்த பெரிய "உலகில்" என் "உலகம்" ஒரு அம்சம் என்பதில் மறுப்பில்லை. இந்த வாதத்தை இப்படியே நீட்டிக்கொண்டு போனால், இந்த அனைத்து "நான்"களையும் உள்ளடக்கிய "நான்", அதாவது அந்த "நான் எனும் பரந்த தன்மை" தான் பரமாத்மா; என்னுடைய "நான்" ஜீவாத்மா; அதே போலத்தான், என்னுடைய "அனுபவ உலகம்", நீக்கமற நிறைந்த உலகம் இவை இரண்டிற்கும் இடையே ஆன உறவும். அந்த நீக்கமற நிறைந்த உலகம் பரமாத்மா.

ஆக "ஜீவாத்மாவான நானும்", "பரமாத்மாவான நான் எனும் பரந்த தன்மையும்" ஒரே நாணயத்தின் இரு பக்கங்கள் என்றால்

அது மிகையாகாது. ஆக எப்படி நம் அனுபவ உலகம் பரந்த உலகத்தின் வெளிப்பாடோ அப்படி அந்த பரமாத்மனின் வெளிப்-பாடே இந்த ஜீவாத்மா. இதையே, எப்படி ஜீவாத்மா பரமாத்மாவின் வெளிப்பாடோ அப்படியே அனுபவ உலகம் பரந்த உலகத்தின் வெளிப்பாடு என்றும் கூறலாம்.

இங்கே உலகமென்றால் நமது பூமி என்று அர்த்தமில்லை. பூமி உட்பட அண்டங்களனைத்துமடங்கிய இந்த வெளிப்பாடு என்ற உயர்நிலைப் பொருள். பூமி என்பது விரிவடையும் விண்மீன் மண்-டலத் திரள்களில் (constellations of galaxies) ஒரு சிறிய விண்மீன் மண்டலத்தின் (galaxy) ஒரு அங்கமான ஒரு கோள நெருப்பைச் (sun) சுற்றி சுழலும் ஒரு சிறிய பாறைப்பந்து (earth) மட்டுமே.

அதே சமயம், அந்த சிறிய பாறைப்பந்தின் மேலமர்ந்து , மகப்-பேறு மனை தொடங்கி சுடுகாடு செல்லும் வரை இடையே உள்ள காலத்தை வாழ்க்கை என்றழைத்து, அவ்வாழ்க்கையில் தன் உடலின் ஒரு பகுதியில் உள்ள விசித்திரமான நரம்பியல் பொறியை (மூளை - brain) உபயோகித்து அந்த விண்மீன் மண்டலத் திரள்கள் வரை விரைவில் சென்று அனைத்தையும் பொறிபுலன்களால் நுக-ர்ந்து அனுபவம் கொள்ளும் மனிதனும் ஒரு அசாதாரண விந்தை-யான படைப்பன்றோ!

ஆக, நான் எனும் பரந்த தன்மை, பரந்த உலகமெனும் வெளிப்-பாடு இவை இரண்டுமே பரமாத்ம அனுபவம்தான். அனுபவிப்பனை-யும் அனுபவிக்கப்படுவதையும் அனுபவத்தால் ஒருங்கிணைத்த ஒரே தத்துவம் பரமாத்மா அல்லது பிரம்மன் என்கிறோம். வரம்பிலா அந்த தத்துவமே அனைத்தும், அனைத்தின் மூலமும் ஆதாரமும்.

தெய்வத்தின் குரல்

இந்த தத்துவத்தை என் போன்ற பாமரனும் அறிந்து கொள்ள வேண்டும், என்பதற்காகவே, காஞ்சிப் பெரியவர்;

"எத்தனையோ ஒழுங்குகளுக்குக் கட்டுப்பட்டிருக்கும் இந்தப் பிர-பஞ்சத்தைச் செய்தவனாக ஒருவன் இருக்கத்தானே வேண்டும்? எத்-தனையோ வேறு வேறு விதமான வஸ்துக்களைப் பலவிதங்களில் சேர்த்து வைத்து, பலவிதமான பிரயோஜனங்களை உண்டாக்கிக்

கொண்டிருக்கிற இயற்கையை, லோக வாழ்க்கையைப் பார்க்கிறபோது, இவைகளை எல்லாம் இந்த உத்தேசத்துக்காகவே உண்டாக்கி, இவற்றை நடத்தி வருகிற ஒரு மகா பெரிய சக்தி இருக்கத்தான் வேண்டும் என்று தெரிகிறது''

என்று ஸ்வாமி என்ற தலைப்பில் அருளுரை வழங்கியுள்ளார்.

ப்ரக்ருதி, மாயா

நமது உண்மையான இயல்பு தெய்வீகமானது: தூய்மையானது, பரிபூரணமானது, நித்திய சுதந்திரமானது என்று வேதாந்தம் அறிவிக்கிறது. நாம் பரம்பொருளாக/பிரம்மனாக ஆக வேண்டியதில்லை, நாமே பிரம்மன். ஆத்மா எனப்படும் நமது தூய உணர்வே பரம்பொருருள் என்கிறது வேதங்களின் மஹா வாக்கியங்கள். நமது உண்மையான இயல்பு தெய்வீகமானது என்றால், நாம் ஏன் அதைப் பற்றி அறியாமல் இருக்கிறோம்?

நடைமுறையில் இந்த கேள்விக்கான பதிலை நாம் சுலபமாக "இயற்கையின் விளையாட்டு, உலகே மாயம், வாழ்வே மாயம், நாடகமே உலகம் ஆடுவதோ பொம்மலாட்டம்" என்றெல்லாம் திரையிசைப் பாடல்களை மேற்கோள் காட்டி கூறிவிடலாம். அத்தகைய பாடல்களெல்லாம் ப்ரக்ருதி, மாயை, அறிவின்மை எனும் மூன்று முக்கிய வேதாந்த தத்துவங்களின் அடிப்படையிலானது என்று நம்மில் பலருக்குத் தெரியாது.

மிகவும் ஆழ்ந்த இத்தத்துவங்களின் மேலோட்டத்தை இப்பொழுது நாம் பார்க்கலாம்.

ப்ரக்ருதி

நமது வேதாகமத்தின் கூற்றுப்படி, அனைத்து வகையான ஆற்றல் மற்றும் அனைத்து வகையான பொருட்களின் மூலமும், அனைத்து துகள்களும் மூலக்கூறுகளையும், உருவாக்கும் அனைத்து வடிவங்களின் ஆதாரமாகவும், உருவமிலா, வெளிப்படா சக்தியை ப்ரக்ருதி என்கிறோம். அதாவது, அண்டங்களின் அடிப்படை ஆதாரமும் காரணமுமாக உள்ள ஆதியிலா பரம்பொருளின் சக்தி நிலை.

ப்ரக்ருதி என்பது இயல்பு நிலை அல்லது அனைத்துப் படைப்பிலும் காணப்படும் ஆதி சக்தி நிலை என்று பொருள். இது படைப்பின் தொடக்கத்தில் இருந்த இயல்பு நிலையைக் குறிக்கிறது. இது ஒரு சக்தி நிலை. உதாரணமாக, நாம் காணும் மரம் முதலில் வித்தாகத்தான் இருந்தது. அந்த வித்து முதலில் சூலில் இருந்தது, சூல்

விந்தில் இருந்து; இவ்வாறு ஆய்ந்து கொண்டே சென்றால் முதல் முதலான ஆதி நிலையில் இருப்பதே ப்ரக்ருதி எனும் சக்தி நிலை. ஆக, ப்ரக்ருதி என்பது மாற்றங்களை உருவாக்கும் நித்திய, அழி-யாத மற்றும் பிரிக்க முடியாத உண்மைகளின் தொகுப்பாகும் என்பது தெரிகிறது.

ப்ரக்ருதி ஆதிநிலை என்றால், பரம்பொருளுக்கும் ப்ரக்ருதிக்கும் என்ன உறவு என்ற வினா நம்மில் எழும், ஏனெனில் ஆதி அந்-தமிலா தத்துவமே பரம்பொருள் என்று பார்த்தோம். உறவு உள்ளது என்றாலோ அல்லது இல்லை என்றாலோ, அது, பரம்பொருளின் இருமையிலா ஒருமை நிலைக்கு முரண்படவில்லையா? ப்ரக்ருதி (இயற்கை), எங்கு செயல்படுகிறது? அதன் செயல்பாட்டின் அடிப்-படை என்ன? இந்தக் கேள்விகள் மிக ஆழமான பிரச்சினைகளை எழுப்புகின்றன. இங்கு தீர்க்க முடியாத தர்க்கரீதியான சிக்கல் இருப்-பதாகத் தோன்றுகிறதல்லவா? ஆனால் இங்கே எந்த நிலையில் இந்த தர்க்கம் என்பதை உணர்ந்தால், சிக்கல் மறைந்துவிடும். அந்-நிலைகளை இங்கு பார்ப்போம்.

நமது மறைகள் பரம்பொருளின் (பிரம்மன்) தன்மையை வெவ்-வேறு இடங்களில், ஹிரண்யகர்பா, ஈஸ்வரா, நிர்குணப் பிரம்மன், சகுனப் பிரம்மன், காரணபிரம்மன், காரிய பிரம்மன், விராடன், என்று பலவேறாக குறிப்பிடுவது போல, இந்த ஆதியான இயல்பு நிலையை ப்ரக்ருதி, மாயை, அவித்யா என்று மறைகளில் அழைக்கப்படுகிறது. இப்படி வெவ்வேறு விதமாக வர்ணிப்பதால், சில சமயங்களில் குழப்-பங்கள் நமக்கு எழலாம். இவைகளெல்லாம் முன்கூறியபடி, பார்க்-கும்நிலைகளைப் பொருத்தது. எனவே இவைகளைப் பற்றிய தெளிவு நமக்குவேண்டும்.

மூலப்ரக்ருதி/பரப்ரக்ருதி

பரமார்த்திக நிலை, அதாவது அறிபவன், அறிவது, அறிவு இம்-மூன்றும் ஒன்றிணைந்த ஒருமை நிலையான உயர்நிலையில், பரம்-பொருளை குணங்களிலா (no attributes), வரையரையிலா (unconditioned), வெளிப்பாடிலா (unmanifested) நிர்குணப் பிரம்மன் அல்லது பரப்பிரம்மன்என்றும் கூறலாம். இந்த நிலையில்

இருப்பது பரம்பொருள் ஒன்றே. இது தூய உணர்வு இருப்பு நிலை.

இந்த நிலையில், பரமனும் ப்ரக்ருதியும் ஒன்றே. அதாவது, தூய உணர்வு இருப்பான (pure existence) பிரம்மனும் , தூய ஞான உணர்வான (pure intelligence) சக்தி நிலையும் ஒருங்கிணைந்த தூய பேரின்ப (pure happiness/bliss) நிலையாய் (சத்யம் ஞானம்அனந்தம்), பேரொளியாய் (ஸ்வயம்பிரகாசமாய்) இருப்பது.

வள்ளலார் இதனையே அருட்பெரும் ஜோதி என்றார். இந்த பரம நிலை பிரம்மனையும் ப்ரக்ருத்தியையும் அறிவது எளிதல்ல. அப்படி அறியும் அறிவை "பர வித்யா" அல்லது "பர ஞானம்" என்பர். அந்த அறிவு நிலையை தான் முக்திநிலை அல்லது வீடுபேறு நிலை. இந்நிலையில், ப்ரக்ருதியை மூலப்பிரக்ருதி என்று மறைகள் கூறுகின்றன. இதனை சக்தி (பெண் பால்) என அழைப்பர். ஆக இந்த சக்தியும் பரமனும் ஒன்றான நிலை; அர்த்தநாரீஸ்வர தத்துவமும் இது தான்.

மாயா, அவித்யா

"இந்த மூலப்ரக்ருதி, வெளிப்படு நிலையில் முக்குணங்களுடன் மாயா, அவித்யா என்று இரு வடிவம் கொள்கிறது. நற்குணமான சாத்வீக குணம் மேலோங்கிய நிலையில் மூலப்ரக்ருதி, மாயா (மாயை/மருவு) எனவும், ராஜ தம (அரச இருள்) குணங்கள் மேலோங்கிய நிலையில் அவித்யா (அறிவின்மை) எனவும் அழைக்கப்படுகிறது. இவைகளிரண்டுமே பிரதிபலிப்பான்கள் (Reflectors). தூய இருப்பான பரப்பிரம்மன் இவைகளால் பிரதிபலிக்கப்பட்டு, முறையே ஈஸ்வரன் என்றும், ஜீவா என்றும் அழைக்கப்படுகிறான்" என்று "வேதாந்த பிரகடனம்" எனும் உபநிடத கருத்துக்களின் தொகுப்பு நூலின் (பதினைந்து பிரிவுகள் அடங்கியது) முதல் பிரிவான "பஞ்சதசி"யின் முதல் அத்தியாயமான "தத்வவிவேகா"வில் கூறப்பட்டுள்ளது.

அதாவது, பரமார்த்திகா நிலையில் (உயர்நிலை) பிரம்மனும் ப்ரக்ருதியும் (இந்த நிலையில் மூலப்ரக்ருதி என்று அழைக்கப்படுகிறது) ஒன்றுதான். அர்த்தநாரி என தடையின்றி ஒருங்கிணைக்கப்பட்டது - வேறுபாடு இல்லை. வெறும் ஒருமை ஒன்றே

(அத்வைதா). தூய இருப்பு/உணர்வாய் (சத்தியம்) மற்றும் தூய நுண்ணறிவு (ஞானம்) அல்லது சக்தியாய் தடையின்றி ஒருங்கி- ணைக்கப்பட்ட நிலையே பேரின்ப நிலை (ஆனந்தம்). இதைத்தான் நாம் வீடுபேறு (மோட்சம்) என்கிறோம். இந்த நிலையில் அது நிர்கு- ணமாகும் (அதாவது குணங்கள் அனைத்தும் சமநிலையில் உள்ளன, அமைதியான மற்றும் வெளிப்படுத்தப்படாமல் உள்ள நிலை - ஆழ்- கடலில் உள்ள அமைதியான அலையை/நீரைப் போல).

வியாவஹாரிகா நிலையில் (அனுபவ நிலையில்), பிரம்மன் அதே தூய இருப்பு/உணர்வாகவே உள்ளது - பிரகிருதி தன் குணங்- களின் மூலம் தன்னை மாற்றிக் கொண்டு, மாயா & அவித்யா எனப்படும் இரண்டு நிலை பிரதிபலிப்பான்களை முன்வைத்து, பிரம்- மனை ஈஸ்வரனாகவும் ஹிரண்யகர்ப்பனாகவும் பார்க்க வழிவகுக்கி- றது.

ப்ரக்ருதியைக் காணமுடியாது. வெளிப்பாடு இல்லாதது. எனினும் இதன் விளைவுகள் வெளிப்படும். இதனை வர்ணிக்க இயலாதது. இதனை "அவ்யக்த்தா" என்பர். ப்ரக்ருதி தன்னை எவ்வாறு மாற்றி- யமைக்கிறது என்பது விவரிக்க இயலாதது. எனினும் ப்ரக்ருதி என்- பது மாற்றங்களை உருவாக்கும் நித்திய, அழியாத மற்றும் பிரிக்க முடியாத உண்மைகளின் தொகுப்பு என்று முன்னுரையில் கண்- டோம். மாறிடும் குணம் ப்ரக்ருதியின் இயல்பு. உயர்நிலையில் (macrocosm) அனைத்து அண்டங்களின் கட்டமைப்புக்கான விதையெனும் காரணப் ப்ரபஞ்சமும். கீழ்நிலையில் (microcosm) தனிப்பட்ட வெளிப்பாட்டின் வித்தெனும் காரண ஸரீரமும் உள்- ளடங்கிய தத்துவமே ப்ரக்ருதி. இந்த இரண்டு வெளிப்படையான மேக்ரோ மற்றும் மைக்ரோ காரணங்களை வேறுபடுத்திப் பார்ப்பதற்கு, வேதாந்தம் முறையே மாயா மற்றும் அவித்யா என்ற பெயர்களைக் கொடுக்கிறது.

சத்வ குணம் ஆதிக்கம் செலுத்துகிறது மாயாவில். ஆதலினால், ஈஸ்வரனின் வெளிப்படுத்தும் சக்தியாக காரணப்பிரம்மனின் காரணி- யாக செயல்படுகிறது.

ரஜா மற்றும் தாமஸ குணங்களின் ஆதிக்கம் அவித்யாவில். இதனால் மறைப்பு சக்தியின் மூலம் விளைவுகளை (காரியப்பிரம்- மன்) கட்டுப்படுத்தும் காரணியாக செயல்படுகிறது - பிரம்மனை உணராதபடி ஜீவாவை கட்டுப்படுத்துகிறது.

இதைத்தான் கண்ணன் கீதையின் 7 வது அத்தியாயத்தில் 4,5,6 வது பண்களில் பரப்ருக்ருதி என அர்ஜுனனுக்கு விளக்குகிறான்.

- 7:4 நீர் , நிலம் , நெருப்பு , காற்று , ஆகாயம் . மனம் , மதிநுட்பம் , மற்றும் அஹம்பாவம் எனும் தன்முனைப்பு ஆகிய எட்டு அடிப்படைகளும் கடவுளிளிருந்தே தோன்றிய ஜட சக்திகளாகும் !!
- 7:5 இந்த ஜட சக்திகளையும், இவற்றை சார்ந்து வாழும் உயிரிணங்கள் அனைத்தையும் தன்னகத்தே உறையவைத்தும் தாங்கியும் வருகிற இவற்றையும் விட மேலான சக்தியும் ஒன்று உள்ளது அர்ச்சுனா ! அதுவே கடவுளின் தெய்வீக சக்தி என்பதை அறிவாய் !!
- 7:6 படைப்பினங்கள் அனைத்தும் இந்த இரண்டு சக்திகளிளிருந்தே தங்களின் ஆற்றலை பெறுகின்றன ! இரண்டு வகை உயிரினங்களுக்கும் ஆதியும் அந்தமும் கடவுளே என்பதை அறிவாய் !!

கண்ணன் கீதையில் கூறிய அந்த இரண்டு சக்திகள்தான் ப்ரக்-ருதி, மாயா என்பன. இறைவன் உரைக்கு மறு உரை உண்டோ !

வித்யா, அவித்யா

அறிவு - வித்யா - ஞானம்

அறிவு என்றால் என்ன ? இந்தக் கேள்விக்கு பலவிதமான பதில்களை எதிர்பார்க்கலாம். கல்வி மூலம் வருவது, தெரிந்தது-தெரியாததை தெரிவது, அனுபவமே அறிவு, கருத்து, இயற்கை ஞானம், புது புது கண்டுபிடிப்புகள், அறியாமையை ஒழிப்பது என்று பலவிதமான வர்ணனைகளை கேட்கிறோம் அல்லவா. இதே போல, பட்டறிவு, படிப்பறிவு, தொழில் அறிவு, பொது அறிவு, ஐந்தறிவு, ஆறறிவு, பகுத்தறிவு, மெய்யறிவு என்று வேறுபாடுகளையும் பார்க்கலாம். ஆக, அருவமான ஒரு கருத்துப்படிவம் தான் அறிவு.

அறிவு என்பது பாமரனான எனக்கு, வெளியில், புறநிலையில் உள்ளவற்றை, ஐம்புலன்களில் ஒன்று அல்லது ஒன்றுக்கு மேற்பட்ட புலன்களைப் பயன்படுத்தி, அதன் குணங்களை, தன்மைகளை அறிந்து, அதை மூளையில் அதாவது, அகத்தில் பதிவுசெய்து, நமது கருத்தாக் மாற்றிக்கொள்வதகும்.

மனித புலன்களும் மனமும் வரம்புக்குட்பட்டவை, ஆனால் மனிதர்களுக்கான அறிவு வரம்பற்றது என்று இன்னும் தெரிகிறது. மனித மனதைத் தாண்டிய அறிவின் மிகப் பெரிய களஞ்சியம் உள்ளது. "கற்றது கைமண்ணளவு; கல்லாதது உளகளவு".

இதெல்லாம் உலகப் பொருட்களின் அறிவு அல்லது அறியாமை. வேதாந்தம் இந்த வகையான அறிவைப் பற்றியோ அறியாமையைப் பற்றியோ பேசவில்லை. வேதாந்தம் நமது உண்மையான இயல்பு பற்றிய அறிவைப் பற்றி பேசுகிறது.

நாம் உண்மையில் யார், நமது அடிப்படை உண்மை என்ன, பரம்பொருள் என்பது என்ன, நமக்கும் பரம்பொருளுக்கும் என்ன உறவு எனும் கேள்விகளுக்கெல்லாம் விடைகளை அறிவதே அறிவு. பொருட்களைப் பற்றிய எந்த அறிவையும் விட இந்த அறிவு மிகவும் முக்கியமானது என்கிறது வேதாந்தம். இந்த அறிவின் வழியாய், பரம்பொருளும் நானும் ஒன்றே (ஈஸ்வர ஆத்ம ஐக்கியம்) என்ற ஆத்ம ஞானத்தை பெறுவதுதான், வித்யா/மெய்யறிவு. வேதாந்தத்தில் இச்சொல்லுக்கு ஒரு சிறப்பு அர்த்தம் உண்டு. கற்பதன் மூலம் எந்தக் கல்வி, நமக்கு வீடுபேறுக்கு வழி வகுக்கிறதோ அக்கல்வியே வித்யா எனப்படும் ("सा विद्या या विमुक्तये") - முக்திக்கு வித்-திடும் அறிவே வித்யா எனப்படும்.

முக்திக்கு வித்திடும் (வீடுபேறுக்கு வழிவகுக்கும்) என்று கூறி-னோமே, முக்தி/வீடுபேறு என்றால் என்ன? இரண்டு சொற்களுமே விடுதலையைப் பற்றியவை. எதிலிருந்து விடுதலை? விடுதலை என்ற சொல், நாம் எங்கேயோ எதனாலோ அடிமைப்பட்டுள்ளோம் என்ற பொருளை உணர்த்துகிறதே; அது எது?

பிறக்கும்போது நாமனைவரும் சுதந்திரமாக பிறக்கின்றோம் பின்-னர் கட்டுண்டோம் என்று தொன்று தொட்டுக் கூறும் வரிகளை சற்று ஆய்வோம். நாம் என்ன சுதந்திரமான நிலையில் பிறக்கி-றோமா? பிறக்கும்போது நம் மனம் ஒரு வெற்றிடமில்லை. உள்-ளார்ந்த (inherent) மனச்சாயல் (tendencies), மனப்போக்கு (temperament) இவைகளுடனேதான் பிறப்பிலிருந்து மனம் உள்-ளது. இவைகள் மரபு வழியாக வந்ததோ அல்லது முன்பிறவிகளிலி-ருந்தோ என்பது தனியாக ஆயப்படவேண்டிய விஷயம்.

மேலும், பிறப்பிலேயே மனிதனின் உடலில் உள்ள பல சுரப்பிகள் அவனது உடல்வளர்ச்சியை செயல்படுத்தவும் கட்டுப்படுத்தவும் மட்-டுமல்லாது, அவைகளின் செல்வாக்கு அவனது எண்ணங்கள் மற்றும் செயல்கள் வரை நீடிக்கின்றது. பின்னர், அவன் தன் உடல் மன வளாகத்தினால் (பொறி, புலன், மனம், புத்தி அடங்கிய உடலால்) உலகுடனும், பொருட்களையும் எதிர்கொண்டு உறவுகளை ஏற்படுத்-திக் கொள்கிறான்.

அத்தகைய உறவு அனுபவங்களில், நான் எதிர்கொள்வது எது-வும் என் ஒரு பகுதியாக்கூட இருந்தாலும், நான் அது இல்லை; நான் அதைவிட பெரிது என அவன் உணர்கிறான் அல்லவா? ஆக, அவன் எதிர்கொள்ளும் அனைத்தும் அவனது அனுபவங்களேயன்றி

அவன் அல்ல என்று உணர்கிறான். அதாவது அவனையும் அவன் எதிர்கொள்ளும் பொருட்களையும் இணைப்பது அவன் அனுபவம் என்று அறிகிறான்.

அவ்வாறு ஏற்படும் அனுபவங்களால் இன்பமும் துன்பமும் அடைகிறான். இப்படி முரண்பாடான இச்சைகள், அதன் விளைவு-கள் இவைகளால் துன்பமுற்று, சரி-தவறு, நல்லது-கெட்டது, வேண்-டியது-வேண்டாதது என்றல்லாம் இருமைகளில் ஈடுபட்டு தன்னைப் புரிந்து கொள்ளாமல், தன்வினையால் விளையும் பிரச்சனைகளிலி-ருந்து தப்பிக்க முயன்று அல்லலுற்று உழல்வதிலிருந்து விடுதலைக்கு வழிதேடுகிறான்.

வெளிஉலக உறவுகளின் அனுபவமும் அதனால் ஏற்படும் அல்-லல்களையும் சமாளித்து விடுதலை பெறுவதற்கான ஒரே வழி என்ன என்பதை நமது ரிஷிகளும், முனிஞானியரும் ஆழ்ந்து தியானித்து ஆராயந்து உரைத்தது "மறைவழி நடந்து உன்னையே நீ அறிவாய்" எனும் தாரக மந்திரம். நம்மை நாம்அறிவது என்பதில் மூன்று முக்-கிய பகுதிகள் உள்ளன

1. நான் யார்?
2. நான் காணும் உலகம் என்றால் என்ன?
3. பரம்பொருள் எனபது என்ன?

இம்மூன்று பகுதிகளை ஆய்வதன் மூலம், இவை மூன்றிற்கும் இடையேயான உறவு என்ன என்பதையும் ஆய்ந்து அறிய வேண்-டும். அந்த அறிவதனை ஒவ்வொருவரும் அவரின் குருவின் வழி-காட்டுதல் மூலம் அனுபவித்து கற்றறிய வேண்டும். இது நம்மைத் தோண்டி நம்மை அறிய நாம் செய்யும் முயற்சி. அத்தகைய ஆத்ம விசாரனையால் அறிவின்மை அழிந்து அறிவு தன்னொளிச் சுட-ராய் மேல்கூறிய மூன்றும் ஒன்றே என்று தெளிவாக விளங்கும். அதனால்தான் நாம் அதனை "ஸ்வயம்பிரகாசம்" என்றழைக்கிறோம். இப்படி நம்மை நாம் அறிந்தால் அந்த தன்னொளிச்சுடராய் ஒளிரும் அறிவதனையே, வேதாந்தம் "வித்யா" அல்லது மெய்யறிவு எனக்-கூறுகிறது.

எனவே, இந்த மெய்யறிவை நாம் எவ்வாறு பெறுவது? அந்த அறிவை திறம்பட பெற, அறியாமையின் பங்கை நாம் புரிந்து கொள்ள வேண்டும்.

அறிவின்மை - அவித்யா - அஞ்ஞானம்:

இந்த மெய்யறிவு அல்லாத மற்ற அனைத்துமே, "அவித்யா" என்று வேதாந்தம் கூறுகிறது. "அவித்யா" என்பதை ஆங்கில மொழிபெயர்ப்பு வழியாக நாம் "அறியாமை" (ignorance) என்கிறோம். ஆய்ந்து பார்த்தால், அறியாமை என்பது மடமை; அது அவித்யாவில் ஒரு பகுதி; அறியாமை என்னும சொல்லில் ஒரு எதிர்மறைப் பொருளான "இல்லா நிலை" (negative connotation) உள்ளது. இறையறிவு இல்லாத மற்ற அனைத்தும் (அறியாமை உட்பட) அடங்கியதே "அவித்யா". அதில் நாம் சாதா-ரணமாக, "அறிவு" என்று தவறாக அழைத்திடும் புறநிலை அறிவு-களும் உள்ளடக்கம்.

அறிவின்மை, நமது உண்மையான இயல்பு பற்றிய அறிவை மறைத்து நம்மை மருட்சியில் வீழ்த்தும். எப்பொழுது ஆத்ம உணர்வு தன்னையே ஒரு அனுபவப்பொருளாகப் பார்க்கிறதோ, அப்பொழுதே அறிவின்மையின் ஆட்சி நிலைக்கிறது. மருட்சி நம்மை நம்மிட-மிருந்து மறைக்கிறது. நான்-நீ-அவன்-அது-என் என்ற வேறுபாடு வளர்கிறது. இதுதான் இயற்கையின் விளையாட்டு. நிலையற்ற பூவு-லகமும் பொருட்களும் நிலையானவை என மருட்சியில் நம்மை காண வைக்கிறது. நாடகமே உலகம் என்பது நினைவிலிருந்து நீங்-குகிறது. ஆகவே அவித்யா என்பது பரம்பொருளுடன் இணைந்த மாயையின் விளையாட்டு.

எனவே மாயையான அறிவின்மையின் செயல்பாட்டைப் பற்றி நாம் நன்றாகப் புரிந்து கொள்ள வேண்டும். அறிவின்மையைப் பற்றி நாம் எவ்வளவு அதிகமாக அறிந்திருக்கிறோமோ, அவ்வளவு எளி-தாக அதன் திரையை அகற்றும் அறிவின் வேலை இருக்கும். இறுதி அறிவைப் பெற, அறிவின்மையின் பங்கைப் புரிந்துகொள்வது அவசியம்.

இந்த அறிவின்மையை ஒரு எதிர்மறை அர்தத்திலோ அல்லது மடமையென்றோ எடுத்துக்கொள்ளக் கூடாது. இது நல்ல படைப்-புகள் நிறைந்ததாக இருக்கலாம்; மனிதகுலத்திற்கும் தனிநபருக்கும

உதவியாகவும் நம்பிக்கை அளிக்கும் படிகளாக இருக்கலாம். ஆனால் அப்படைப்புகளும், பணிகளும் ஏதோ ஒரு பலனை எதிர்பார்த்துப் புரிவதால் அவை மெய்யறிவாகாது. பொருட்பலனை எதிர்பார்க்காவிட்டிலும், அறிவின்மை சென்று மெய்யறிவு வரவேண்டும் என்ற பலனை எதிர்பார்த்து புரியும் செயல்கள், வாக்கு, எண்ணங்கள் அனைத்துமே அறிவின்மை தான். இந்தக் கண்ணோட்டத்தில் நாம் புரியும் கர்மாக்களை (வினைகளை) அறிவின்மை என்றே கருதலாம்.

சுவாமி ஓம்காரனந்தா தனது விரிவுரைகளில் கூறுகிறார்

"

"ध्यान रहति उपासन रहति केवल कायकि वाचकि वदे वहित कर्मानि

தியானம், வழிபாடு இவை தவிர்த்து , உடலால், வாக்கால் புரியும், வேதங்கள் வகுத்த எந்த வெளிநோக்குடை கருமங்கள் அனைத்தும் மெய்யறிவை மறைக்கும் அறிவின்மையே.
"

சுவாமி கிருஷ்ணானந்தா தனது கருத்துக்களில் கூறுகிறார்:

"

ஆத்மஞானம் இல்லாத அறிவின்மையால், அவாவும் அதன்வழி வினைகளும் உருவெடுக்கின்றன. அதனால் வெளிஉலகில் காண்பதிலும், காணாப்படாத்திலும் அவா, பற்று ஏற்படுகிறது. கண்டதே காட்சி, கொண்டதே கோலமெனும் மனப்பான்மை வளர்கிறது. இப்படி புலன்களால் உணரப்பட்ட உலகங்களின் யதார்த்தத்தில் நம்பிக்கை கொண்டவர்களின் அனுபவங்கள் எப்போதும் எதிர்மறையாகவும் புறநிலையாகவும் இருக்கின்றன. அதன் விளைவாக அவர்கள் இந்த உலகங்களின் பொருள்களுடன் உறவுகளையும் தொடர்புகளையும் வளர்ப்பதற்கு சிறந்த முயற்சி செய்கிறார்கள். இந்த பரிவர்த்தனைகள் தான் அறிவின்மை (அவித்யா) அல்லது கர்மா என்று அழைக்கப்படுகின்றன.

படைத்தலின் காரணமான பிரம்மன் என்ற தத்துவம் ஒரு உயர்நிலை இருப்பு; அதனை புரிந்து பின்பற்றுவது சாதாரண மனிதருக்கு கடினம் என்பதால் அப்பிரம்மனை (பரம்பொருளை) அவரவர்கள் விருப்பக்

கடவுள் (இஷ்ட தேவர்) என ஒரு குறியிட்டு அந்த இஷ்ட தேவாவை பரம்பொருளின் பிரதிநிதியாகக் கொண்டு மனிதனுடன் இணைத்தனர் வேதியியல் ரிஷிகள். இதன்மூலம் எல்லாப் பன்முகத் தன்மையிலும் (diversity) பரம்பொருள் ஒன்றே என்ற ஆழ்ந்த உண்மைத்தன்மையை எடுத்துரைத்தது இந்த பிரதிநிதித்வம். இந்த இணைப்பே வழிபாடாக, தியானமாக, உபாஸனாவாக மாறியது காலப்-போக்கில். ஒரு உழவன் கலப்பையை வழிபடலாம், ஒரு படகோட்டி படகினையோ, நீரினையோ வழிபடலாம். அவரவர்கள் எதை வழிபட்-டால் நிலையான பேரின்பம் பெறுவரோ அதை வழிபடலாம். வழிபடும் உருவமோ அல்லது பொருளோ முக்கியமல்ல; அதனிடம் முழுதும் சரணடைந்து, அடிபணிந்து, நல்வினை புரிந்தால் அதனை அடைய-லாம். இக்கண்ணோட்டத்தில் இத்தகைய வழிபாடும் அறிவின்மையே (அவித்யாவே) ஏனெனில் நாம் அடைவது பரம்பொருளின் பிரதிநிதி-கள், பரம்பொருளை அல்ல.

,,

வித்யா, அவித்யா - ஒரு தொகுப்பு

கே.கே.பிர்லா அகடமியின் முன்னாள் இயக்குனரும் ஓய்வு பெற்ற பேராசிரியரிமான திரு. வி. கிருஷ்ணமூர்த்தி கூறுவது: "இந்து தத்துவத்தில் எப்பொழுதும், ஒரு கேள்விக்கு அல்லது ஒரு மறையின் உரைக்கு பதில் பற்றிய விளக்கம், பேச்சாளர் அல்லது எழுத்தாளர் பரிணாம வளர்ச்சியையும், விசாரணை/பேச்சின் சூழ-லைப் பொருத்தும் பொறுத்தது.

ஈசா உபநிடத இந்த மந்திரங்களைப் பொறுத்தவரையில், மெய்-யறிவு-அறிவின்மை என்ற தத்துவங்களை மூன்று விதமான நிலைக-ளிலிருந்து காணப்படுகிறது. அந்த நோக்கங்கள் ஒரு அட்டவனை-யாக கொடுக்கப்பட்டுள்ளது.

ஒவ்வொருவரும் அவரவர் சொந்த சூழலில் உணரும் வெவ்வேறு வர்ணனைகளை உள்ளடக்கிய இந்த அட்டவனை ஒரு முழுமை-யான பட்டியல் அல்ல என்று குறிப்பிட வேண்டும். ஆனால் இது அவ்வர்ணனைகளின் ஒரு பிரதிநிதி மாதிரி. ஒரு நிலையின் வர்-ணனையை மற்றொன்றுடன் ஒப்பீடு செய்து பார்ப்பது இந்த அட்ட-

வனையின் நோக்கமல்ல. ஆனால் அவர்வர்கள் தம் குணம், விருப்-பம் மற்றும் பரிணாமம் பொருத்து அவரவருக்குப் பொருத்தமான நிலையை அறிந்து அதன்படி நடக்கவே இந்த அட்டவனை தரப்-பட்டுள்ளது".

நிலை	அறிவின்மை	மெய்யறிவு
எளிய நிலை	வரையறுக்கப் பட்ட சடங்குகளச் செய்வது.	வரையறுக்கப் பட்ட சடங்குகளின் அர்த்தங்களை அறிந்து கொள்வது.
	பலனை எதிர்பார்த்துப் புரியும் வினைகள்.	தெய்வங்களைப் பற்றிய அறிவின் மூலம் வழிபாடு.
நடு நிலை	ஐம்பொறிகள் (பரு உடவ்)	ஐம்புலன்கள் (நுண்ணுடல்)
	நுகர்வதனால் வந்த உலக அறிவு	வினைகள் புரிவதாலும், அனுபவத்தினாலும் வரும் இறையறிவு.
	வினைகள் புரிதல்	வழிபாடு
உயர்நிலை	ஆன்மீகப் பணிகள்	இறையறிவு
	பல நோக்குடைய இறையுணர்வு	ஒருமித்த பரம்பொருள் உணர்வு

அடிப்படையில் பாரத்தால், இந்த அட்டவனை வெவ்வேறு விளக்-கங்கள் அல்ல; ஒவ்வொருவரின் பல்வேறு புரிந்துணர்வுகளே! எனவே வினைபுரிதலோ (கர்ம யோகம்) அல்லது இறை வழிபாடுகளோ (உபாஸனா) இவைகளெல்லாம் இறையறிவான மெய்யறிவுக்கு படிக்-கட்டுகளே என்பதை உணர வேண்டும்

இந்த ஆறு மந்திரங்கள் கர்ம யோகம் மற்றும் உபாசான யோகம் வழியில் நாம் புரியும் வழிமுறைகளை சுருக்கமாகக் கூறுகின்றன. திருமந்திரம் மற்றும் திருக்குறளில் இந்த இரண்டு வழிமுறைகளும் பிரத்தியேகமாக கையாளப்பட்டுள்ளது என்பது குறிப்பிடத்தக்கது

ஆக, வித்யா என்பது ஒருமையின் (unity) உணர்வு; அவித்யா என்பது பெருக்கத்தின் (multiplicity) ஒரு நனவு. வித்யா நித்தியமான அடிப்படை உண்மை. அவித்யா உண்மையற்ற, சாத்தியமற்ற மாயை. அவித்யா ஒருமையின் மாறுபட்ட ஒரு விரிவாக்கம். இதனை ஒருமையின் நாடகமென்றும் கூறலாம். ஒருமையில் உறைந்திருந்த வெளிப்பாடு. ஆனால் அறிவின்மையெனும் பெருக்கத்தின் நனவானது, தாம் ஒருமையின் வெளிப்பாடே என்ற உண்மையான அறிவிலிருந்து பிரிக்கப்பட்டு, பிரிக்கப்பட்ட வடிவம் மற்றும் வரையறுக்கப்பட்ட நடவடிக்கைகளுடன் தன்னை அடையாளம் காட்டும் தனி தன்முனைப்பாக (அகங்காரம் - ego) காண்கிறது. இது ஒரு மருவுநிறைந்த பிழை நிலை. மனிதனில், இந்த மருவான பார்வையே பெருக்கத்தின் நனவாக உள்ளது. ஆதலினால் அதற்கு அவித்யா அல்லது அறிவின்மை எனபெயர் கொடுக்கப்பட்டது. இதனையே மாயா என்றும் அழைக்கிறார்கள்.

வேற்றுமையில் ஒற்றுமை; ஒற்றுமையில் வேற்றுமை

பிரம்மன் ஆனந்தமயமான ஒருமை. பெருக்கத்தின் ஒவ்வொரு இடத்திலும், ஒவ்வொரு வடிவிலும், ஒவ்வொரு நேரத்திலும் அந்த ஆனந்தமயமான ஒருமை நித்தியமாக இருக்கிறது. அப்படி உறைந்திருக்கையில் பெருக்கத்தினாலோ வரையறைகளாலோ கட்டுண்டில்லை அந்த பிரம்மன். வித்யா, அவித்யா இரண்டுமே அந்த பிரம்மனே என்பதை நாம் உணர வேண்டும்.

எனவே, ஒவ்வொன்றிலும் ஒவ்வொருவரிலும் வித்யா-அவித்யாவின் இடையே உள்ள பேரிணக்கத்தின் வழியாகத் தோன்றும் பிரம்மனை உணர்பவனே பரிபூரணத்வம் அல்லது முழுமை பெற்ற மனிதன். ஒருமையின் பெருக்கத்தையேற்று, பெருக்கத்தில் ஒருமையைக் கண்டு பிரம்மனை உணரவேண்டும்.

கர்ம யோகம்

முன்னுரை

நமது பொறி புலன்களைப் பயன்படுத்தி நாம் புரியும் செயல்களை நாம் அறிவோம் இல்லையா! எனினும் செயல்களுக்கும், கடமைக-ளும் ஒன்றா? இதை அறிய, கடமையைப் பற்றிய ஒரு சில யதார்த்-தங்களை அறிய முற்படுவோம்.

1. சாதாரணமாக ஒருவன் தெருவில் சென்று மற்றொருவனைச் சுட்டுக் கொன்றுவிட்டால், தான் தவறு செய்துவிட்டதற்காக அவன் வருந்த வேண்டும், அது தான் சரி. அதே மனிதன் போர்வீரனாகப் படையில் சேர்ந்து ஒருவனை அல்ல, இருபது பேரைக் கொன்றாலும் தன் கடமையைச் சிறப்பாகச் செய்ததாகவே நிச்சயமாக மகிழ்வான். எனவே செயலைக் கொண்டு கடமை வரையறுக்கப் படுவதில்லை. ஒரு செயலைக் கடமையாக்குவது எது?

2. தன் மதத்தின் மறை நூலில் கூறப்பட்ட விதிமுறைகள் தான் என் கடமை என ஒவ்வொருவரும் கூறுகின்றனர். எனவே பல்வேறு வாழ்க்கை நிலைகளுக்கும், பல்வேறு வரலாற்று கால கட்டங்களுக்கும், பல்வேறு நாடுகளுக்கும் ஏற்ப கடமை என்ற கருத்தும் பல்வேறு விதமாக மாறுபடுவதை நாம் காண்கிறோம். ஆக, கடமை என்னும் சொல்லின் பொருளையும் முழுமையாக விளக்க முடியாது. அதன் செயல்பாட்டு முறைகளையும் விளைவுகளையும் வைத்து ஓரளவுக்கு அதைப் புரிந்து கொள்ளலாம். அவ்வளவுதான். எல்லா இடங்களிலும் கடமையைப் பற்றிய பொதுவான கருத்து என்னவென்றால் நல்லவர்கள் ஒவ்வொருவரும் தங்கள் மனச்சாட்சிக்கு ஏற்ப நடந்து கொள்கிறார்கள் என்பதே.

3. கடமை என்பதற்குப் புறச்சார்பான விளக்கம் தருவது என்பது இயலாத ஒன்று. ஆனால் அகச்சார்பான விளக்கம் இருக்கிறது. எந்தச் செயல் நம்மைக் கடவுளை நோக்கிச் செலுத்துகின்றதோ அது நற்செயல், நமது கடமை. எது நம்மைக் கீழ் நிலைக்கு

இழுத்துச் செல்கிறதோ அது தீயது, நமது கடமை அல்ல. அகச்சார்பான இந்தக் கோணத்தில் நாம் பார்த்தால் சில செயல்களில் நம்மை உயர்த்தவும் உன்னதமாக்குவதற்குமான போக்கு இருப்பதையும், மற்றும் சிலவற்றில் நம்மைச் சீரழித்து தீயவர்கள் ஆக்குகின்ற போக்கு இருப்பதையும் காணலாம்.

4. பிறப்பையும், வாழ்க்கை நிலையையும் அடிப்படையாகக் கொண்ட கடமைகளைப்பற்றி பகவத்கீதை பல இடங்களில் கூறுகிறது. பிறப்பும் வாழ்க்கையும் மற்றும் சமுதாயத்தில் ஒருவன் பெறுகின்ற இடமுமே அவனது வாழ்க்கையின் பல்வேறு செயல்பாடுகளின் மீது அவன் கொள்கின்ற மனநிலையையும் தார்மீக நிலையையும் பெருமளவிற்கு நிர்ணயிக்கின்றன. எனவே நாம் எந்தச் சமூகத்தில் பிறந்துள்ளோமோ, அந்தச் சமுதாயத்தின் லட்சியங்களுக்கும் பழக்க வழக்கங்களுக்கும் ஏற்ப நம்மை உயர்த்தவும் உன்னதப்படுத்தவும் உதவுகின்ற செயலே நமது கடமை ஆகிறது.

இந்த முன்னுரையின் முடிவிலே விடைகளுக்கு மாறாக, இன்னும் குழப்பம் தான் அதிகமாயிற்றா?. செயலும் மூன்றெழுத்து; கடமையும் மூன்றெழுத்து. செயலுக்கும், கடமைக்கும் உள்ள வேறுபாடுகள் புரிந்தன. எனினும் என் கடமைகளை எங்கு அறிவது? எப்படி நான் கடமைகளைப் புரிய வேண்டும்? கேள்விகளுக்கான பதில் எங்கே என்ற கவலை இன்னமும். கவலை தவிர்க்க. நமது மறைநூல்களில் உள்ளது, நமது கேள்விகளுக்கான பதில்கள். வாருங்கள், பார்க்கலாம்.

கர்மயோகம்

செயல் என்றால் நாம் நமது மன-உடல் வளாகம் கொண்டு புரியும்பணிகள். நமது விழிப்பு நிலையில், உடலால், வாக்கால், மனதால் புரியும் பணிகளே செயல்கள். கடமை என்றால் என்ன? இதோ !

"தெய்வத்தின் குரல்"

"என் கடன் பணி செய்திருப்பதே " என்பதுதான் நம் வாழ்க்கையின் குறிக்கோளாக (Motto) இருக்க வேண்டும். கடன் என்றால்,

'கடனே என்று செய்தேன்', 'கடனிழவே என்று செய்தேன்' என்றெல்-
லாம் சொல்லுகிறோமே, அந்த மாதிரி வேண்டா வெறுப்பாகச் செய்-
வது என்று அர்த்தமில்லை. கடன் என்றால் கடமை, Duty. அதை
அன்போடு, ஆர்வத்தோடு ஹ்ருதய பூர்வமாகச் செய்ய வேண்டும்.
இந்த அன்பு என்பது நமக்கு வேண்டியவர்கள் என்று சிலரை மட்டும்
நினைத்துக் கொண்டு செல்லுத்தும் அன்பு அல்ல. இந்த 'வேண்டிய-
வர்'களை நம் ஊரார், தேசத்தார், உலகத்தார் என்று மேலே விஸ்-
தரித்துக் கொண்டே போனால், அன்பிலிருந்தே படிப்படியாக அருள்
பிறக்கிறது. அப்புறம் இப்படி அருள் பண்ணுகிறவனைப் பொருத்த
மட்டும் அது 'அருள்' 'கருணை' என்றெல்லாம் உயர்வு விஷயமாக
இல்லாமல், ஸ்வபாவமான, ஹைஜமான அன்பாகவே ஆகிவிடுகிறது.
ஆனாலும் இந்த அன்பைப் பெறுகிறவர்களோ அது ஸாதாரனமாக
நண்பர்களிடையே பந்துக்களிடையே இருக்கிற அன்புமாதிரி இல்-
லாமல், நல்ல கனிவு பெற்று தெய்விகமான சக்தி பெற்றிருப்பதாக
உணர்கிறார்கள். இந்த பக்குவமான, திவ்யசக்தி வாய்ந்த அன்பை
'அருள், அருள்' என்கிறார்கள். இதுதான் அன்பு என்பதன் அர்த்-
தம்.

இந்து தர்மத்தில் இதனை கர்ம யோகா என்பர்.

கர்மா யோகா இரண்டு வார்த்தைகளைக் கொண்டுள்ளது. இது
ஒரு கூட்டு வார்த்தை ஆகும் - கர்மா மற்றும் யோகா. "கர்மா"
என்ற சொல்லுக்கு சரியான நடவடிக்கை அல்லது பொருத்தமான
நடவடிக்கை என மறைகள் குறிக்கின்றன. "யோகா" என்ற சொல்-
லுக்கு சரியான மனப்பான்மை அல்லது பொருத்தமான அணுகு-
முறை என்று பொருள் - சமஸ்கிருத்தில் "பாவனா" என்று கூறு-
வர். எளிமையாக கூறவேண்டுமானால், "கர்மா யோகா" என்பது,
"சரியான அணுகுமுறையிலே சரியான நடவடிக்கைகளைப் புரிவது"
என்று கொள்ளலாம்.

இப்போது எழும் கேள்வி "சரியானது என்ன? வகுத்த பாதை
எது ? மறைகள் கூறும் ஒரு எளிய பதில்.

"தனது தனிப்பட்ட மற்றும் குடும்ப தேவைகளை பூர்த்தி செய்யும்
பணிகளும், தனது ஆன்மீக வளர்ச்சிக்கு உதவிடும் சமுதாய வளர்ச்-
சிக்கு பங்களிக்கும் பணிகளும் மட்டுமே வாழ்க்கை முறையெனக்
கொண்டு "என் கடன் பணி செய்திருப்பதே" என்று அப்பணிகளை
அன்றாடம் புரிவதே "கர்ம யோகா" எனப்படும்".

ஒருவரின் தனிப்பட்ட, குடும்பம் மற்றும் ஆன்மீகத் தேவையை ஒருவர் புரிந்து கொள்ளுவது சுலபம். சமுதாயத்திற்கு பங்களிப்பு என்பதற்கு மறைகள் கூறும் விளக்கத்தைப் பார்ப்போம். காஞ்சிப் பெரியவர், இந்த சமுதாய பங்களிப்பு பணிகளை "ஜீவ காருண்யம், பரோபகாரம்" என்று சுருக்கமாக சொல்கிறார்.

நமது மறைகள், இப்பணிகளை ஐந்து பெரும் வேள்விகள் (பஞ்ச மஹா யக்னா) என்று கூறுகின்றன. நாம் விழைந்து, பக்தியுடன் புரியும் பணிகள்.

கர்ம யோகம்

இப்படத்தின் நடுவிலிருந்து ஆரம்பித்து வலமிருந்து இடமாக ஒன்றொன்றாக பாரக்கலாம்.

1. தெய்வ வேள்வி - தெய்வங்களை வழிபடுதல். - "தேவ யக்னா"

2. மூதாதையர் வேள்வி - மூதாதையரை வணங்குதல்.- "பித்ரு யக்னா"

3. உயிரின வேள்வி - உயிரினங்கள் வழிபடுதல் - "பூத யக்னா"

4. சக மனித வேள்வி – சக மனிதர்களை வணங்குதல் – "மனுஷ யக்னா

5. மெய்ப்பொருள் வேள்வி – மெய்யறிவை வணங்குதல் – "ப்ரம்ம யக்னா".

இந்த வேள்விகளில் நாம் விழைந்து அளிப்பதன் விவரத்தை இப்போது பார்க்கலாம்.

தெய்வ வேள்வியில் அழலுக்கு நெய், மூதாதையர் வேள்வியில் நீர், உயிரின வேள்வியில் உணவு, சகமனித வேள்வியில் விருந்-தோம்பல், மேலும் மெய்ப்பொருள் வேள்வியில் கற்பித்தல் இவை-களை சமூகநலம் கருதி நாம் அளிக்கின்றோம்.

நமது வேதங்கள் இவ்வேள்விகளில் நாம் செய்யும் அளவைக் குறிப்பிடவில்லை. அது அவரவரால் இயல்வது. அவ்வேள்விகளைப் இரண்டு வடிவங்களில் புரியலாம்.

1. பொருள், குடும்ப நலன் கருதி புரிவது (சக காம கர்மா)

2. ஆன்மீக வளர்ச்சி, சமூக நலன் கருதி புரிவது (நிஷ்காம கர்மா)

விணைப்பலன் (கர்ம பலா)

கர்மா / வினை இவற்றில் சரியானது, தவறானது என்று எதுவு-மில்லை; இவைகளால் வருவது விளைவுகள் மட்டுமே எனக் கூறப்-படுகிறது. வினை விதைத்தவன் வினை அறுக்கின்றான் என்பது நம் வாழ்வில் நாம் அன்றாடம் கேட்கும் வாரத்தை. அறுவடை உண்டு. அது நல்லதா கெட்டதா என்பது நாம் விதைத்ததைப் பொறுத்து. விணைப்பலனை நாம் செய்த வினைக்கு வெகுமதியாகவோ தண்-டனையாகவோ கருதலாம்.

இந்த வெகுமதி அல்லது தண்டனை என்பதை முறையே மேல் நோக்கி ஏழுலகம், கீழ் நோக்கி ஏழு உலகம் என இரேழு பதினான்கு உலகங்களாய் வேதங்கள் அடையாளம் காட்டுகின்றன. ஒவ்வொரு உலகிலும் ஒரு குறிப்பிட்ட வாழ்வதனைக் கோடிட்டுக் காட்டி நமது பயணம் மேல் உலகிலா, கீழ் உலகிலா, அதிலும் எவ்வுலகில் என்ப-தெல்லாம் நாம் இவ்வாழ்வை ஆரம்பிக்கும் பொழுது நம்முடன் வந்த விணைப்பலன்கள், இவ்வாழ்வில் புரியும்/புரிந்த வினைகள், வினை-

களின் விளைவுகள் இவையனைத்தையும் பொருத்தது என நமது தருமம் எடுத்துரைக்கிறது.

வினைகளின்றி வாழ்கை இல்லை. அன்றாடக் கடமைகள், ஜப தவங்கள், சேவை போன்ற எவ்வளவோ செயல்களுடன் நமது வாழ்கை பிணைந்துள்ளது. உயர்நோக்கங்களுடன் இணைக்காமல் அவற்றை வெறுமனே பொருள், இன்பம் தேடி செய்துகொண்டே போவதால் இறை நெறியில் முன்னேறமுடியாது, இறையுணர்வைப் பெறமுடியாது. அதேவேளையில், இறையுணர்வைப் பெற வேண்டும் என்பதற்காக, தகுதி வருமுன்னரே செயல்களை விட்டுவிட்டு தியானத்தில் ஈடுபடுவது ஒரு தவறான, போலித்தனமான முயர்சியாக இருக்கும். எனவே இரண்டும் வாழ்கையில் இணைந்து செல்ல வேண்டும்.

முடிவுரை

"இந்தக் காரியத்தில் சொந்த லாபம், பேர், புகழ் இருக்கிறதா? ஆசையிருக்கிறதா? துவேஷம் இருக்கிறதா? பட்ச பாதம் இருக்கிறதா? இவை இருந்தால் வெளிப்பார்வைக்கு நாம் செய்வது எத்தனை உயர்வாக இருந்தாலும் அது பாபம்தான்" என்று நாம் செய்கிற ஒவ்வொரு செயலையும் அலசி அலசிப் பார்க்க வேண்டும். நமக்கு என்று நாமாக ஆசைப்பட்டு ஒரு காரியத்தை உண்டாக்கிக் கொண்டால் அதைச் சாதித்துக் கொள்வதில் அநேக தப்பிதங்கள் வந்து கொண்டேதான் இருக்கும்"

என்ற தெய்வத்தின் குரல் நம் காதில் ஒலித்துக் கொண்டே இருக்க வேண்டும். சமமான அன்புடன் இருந்து கொண்டு, சுத்தமான எண்ணத்தோடு அவரவரும் அப்படித் தன் கருமத்தைச் செய்தால், சமூகத்தில் போட்டி, பொறாமை, சண்டை, சச்சரவு எதுவுமே இருக்காது. லோகமே இன்பமயமாக இருக்கும்.

உபாஸநா

முன்னுரை

'வழிபடு' என்பதிலிருந்து பிறந்தது வழிபாடு என்னும் சொல். வழிபடு என்பதற்கு வணங்குதல், வழியில் செல்லுதல், பின்பற்றுதல், நெறிப்படுத்துதல், பூசனைமுறை என்று அகராதிகள் பொருள் தரு-கின்றன.

உபாஸநா என்றால் என்ன? சமஸ்க்ருத அகராதியில் தியானம் உட்பட அநேக அர்த்தங்கள் உள்ளன. உபநிடத்தை பொறுத்தவரை, உபாஸநா என்பது தியானம் சாரந்த உயர்நிலை வழிபாட்டு முறைக-ளைக் குறிக்கும். எனவே இதனை தியானமென்றே அறியலாம்.

ஸ்வாமி தயானந்த ஸரஸ்வதி இதனை

"சகுணப் பிரம்மனைப் பற்றிய மனதின் செயல்பாடு" "saguṇa-brahma-viṣaya-mānasa-vyāpāraḥ" என்கிறார். அவர் மேலும் "அனைத்தையும் இறைவனாக காண்பது உபாஸநம், அனைத்தும் இறைவனே என்று காண்பது ஞானம்" என்றும் கூறுகிறார். மனதின் அசுத்தங்கள் மற்றும் மனத்தின் கிளர்ச்சி, அமைதியின்மை மற்றும் புறம்நோக்கும் தன்மைகளைக் களைய உபாஸநம் உதவும் என்றும், ஒருவன் எதைத் தியானம் செய்கிறானோ அதுவாக மாறுகிறான் "யத் பவஹ் தத் பவதி" என்பது உபாஸநாவின் பலன் என்றும் அவர் தமது அருள் வாக்குகளில் விளக்குகிறார்."

தியானத்தைப் பற்றிய நமது ஆய்வு தொடங்கும் முன், தியா-னத்தைப் பற்றிய இரண்டு முக்கியமான விஷயங்களை நாம் அறிய வேண்டும்.

1. தியானம் என்பது சாதாரண மனச்செறிவு (concentration) மட்டுமல்ல, ஒரு சிறப்பு வகை உள்நோக்கிய செறிவு.
2. தியானம் முற்றிலும் ஒரு தனிப்பட்ட ஆன்மீக ஒழுக்கமுறைப் பாதை/பிரிவு அல்ல. ஆனால் கிட்டத்தட்ட அனைத்து ஆன்மீக ஒழுக்கப் பாதைகளிலும், தியான விழிப்புணர்வு நிலை பொதுவாக

ஒரு கட்டமாக இருந்திடும். ஒவ்வொரு பாதையும், வெவ்வேறு விதமாகத் தொடங்கலாம். எனினும் அவ்வொவ்வொரு ஆன்மீக ஒழுக்கப் பாதையிலும், தியானத்திற்கு ஒப்பான ஒரு கட்டம் இருக்கிறது. அதற்கு பெயர்கள் வேறு இருக்கலாம். ஆனால் அப்பெயர்கள் தியான விழிப்புணர்வு நிலையினையே குறிக்கும்.

ஒவ்வொரு ஆன்மீக ஒழுக்கமுறைப் பாதையிலும், மனதில் ஒரு பெரிய எண்ணிக்கையிலான எண்ணங்கள் தொடங்குகிறது. இந்த எண்ணங்கள் படிப்படியாக குறைக்கப்பட்டு, ஒரே ஒரு எண்ணம் மட்-டும் இருக்கும். இதைத்தான் தியான விழிப்புணர்வு நிலை என்-கிறோம். மெய்யறிவு பெற நாம் புரியும் பயணத்தின் அனைத்துப் பாதைகளுக்கும் பொதுவான நெடுஞ்சாலை இந்த தியான விரிப்பு-ணர்வு நிலை.

தியானவகைகள்

தியானம் இரண்டு வகைகளாகும்: அகநிலை மற்றும் புறநிலை. புறநிலை தியானம் ஒரு பொருளின் மேல் மனதின் செறிவு ஆகும். பொருள் ஒரு தெய்வம், ஒளி, வானம், முதலியவற்றின் வடி-வமாக இருக்கலாம் அல்லது காதல், இரக்கம், வலிமை அல்லது தன்னையே ஒரு பொருளாக கருதி தன் மீதாகவும் இருக்கலாம். சொந்த சுயமுயற்சியால் செறிவு அப்பொருளின் மீது. இத்தகைய புறநிலை தியானத்திற்று உபாஸனா என்று பெயர்.

அகநிலை தியானம் நிதித்தியாசனா அல்லது ஆத்ம விசாரா என்று அழைக்கப்படுகிறது. இங்கு உள்ளுணர்வின் மூலத்தை காணும் முயற்சி, ஒருவரின் "நான்" என்பதின் ஆதாரத்தை பெற ஒரு முயற்சி ஆகும். இதில் "அஹங்காரம்" (Ego) பொருட்களை நோக்கி விரைந்து செல்வதற்கு பதிலாக, அதன் மூலமான ஆத்-மாவை நோக்கி திரும்பிச் சென்றடைய செலுத்துவது. இது ஞான யோகத்தினைச் சார்ந்தது. வேதங்களில் கூறப்பட்ட "ஜீவாத்ம பரமாத்ம ஐக்கிய வாக்கியங்களை" (மஹா வாக்யா) அறிவாற்றலு-டன் பகுத்தறிந்து அதன் உட்பொருளை அறியும் செயல் முறை.

ஆன்மீகத்தை நாடும் பெரும்பாலானோர் நிதித்தியாசனம் எனும் அகநிலை தியானத்தைக் கடைப்பிடிக்க கடினமெனக் காண்கின்றனர்.

"நான் யார்" எனும் முயற்சியில் அவர்களால் சிறிது தொலைவே செல்ல முடிகிறது. அதற்கு மேல் செல்ல, கடும் பயிற்சியால் பக்-குவப்பட்ட மனத்தால் மட்டுமே முடியும். புறநிலை தியானமெனும் உபாஸநா அத்தகைய பயிற்சிக்கு உதவும். உபாஸநாவை நன்கு புரிந்து, மனப்பக்குவமடைந்த பின் நிதித்தியாசனம் புரிவது எளிதாகி-றது.

உபாஸநாவின் கவனம்/குறியைப் பொருத்து, ஈஸாவாஸ்ய உபநிடத மந்திரங்கள் உபாஸநாவை இருவகையாக விவாதிக்கிறது.

1. காரணப் பரம உபாஸநா - அஸம்பூதி உபாஸநா - இயற்கை வழிபாடு
2. காரியப் பரம உபாஸநா - ஸம்பூதி உபாஸநா - ஹிரண்ய கர்ப்ப உபாஸநா

உபாஸநாவின் வரையறை

ஆதி சங்கரர் உபாஸநா என்ற சொல்லுக்கு விளக்கமளிக்கை-யில், இவ்வாறு கூறுகிறார்:

> "இடைவிடாது அடுத்தடுத்து, வேறுபட்ட கருத்துக்களின் இடைச்-செருகல் இல்லாமல், மறை உரை வழிமுறைகளைப் பின்பற்றிய, ஒப்பிடக்கூடிய அடிப்படை கருத்துக்களை உள்ளடக்கிய, யாரைப்-பற்றியோ அல்லது ஏதோவொன்றைப் பற்றியோ, புரியும் தியானமே உபாஸநா என்பது".

எப்படி நாம் உடலுடன் உயிரை இணைக்கின்றோமோ, அப்படி அந்த யாரைப்பற்றியோ அல்லது ஏதோவொன்றைப் பற்றியோ ஒன்-றினைந்து ஒருமைப்பட்டு, யாமே "அவர்" அல்லது "அது" என்று-ணரும் நிலை தான் அந்த தியானம்.

உபாஸந உத்திகள்

வேத காலங்களிலிருந்து உபாஸநாவின் பரிணாம வளர்ச்சி தொடர்கிறது. வேத வேள்விகளும் சடங்குகளாகவும் ஆரம்பித்து, பின் அவைகளை அடையாளமாக மனதிலேற்றிய தியானமாகி, பின் ஆதி சங்கரர் வரையறுத்தது போல உபாஸநாவாகிற்று. இந்த தியானங்களில் வேள்விகள, சடங்குகள், அவைகளை அடையாளமாகக் கொண்ட தியானங்கள் இவைகளேதுமில்லை. மெய்ப்பொருளாம் பரமாத்மாவை நேரடி தொடர்புமூலம அறிந்து கொள்வதைக் குறிக்கோளாக வைத்து புரியும் தியானம். ஆனால் பரமாத்தா என்பது அவ்வளவு சுலபாமாக உணரக்கூடியதல்ல. ஆகையால் ரிஷிகளும், முனிஞானியயரும், சூரியன், ஆகாசம் (விண்வெளி), வாயு (காற்று), நீர், பிராணா (உடலின் முக்கிய ஆற்றல் சக்தி), மனம், சொற்கள் போன்ற தனித்துவமான பிரபஞ்சத்தின் பல்வேறு பழக்கமான பொருட்களை பயன்படுத்தி

பிரம்மனின் பிரதிநித்துவமாக (அடையாளமாக) வைத்து ஒவ்வொன்றினையும் ஒரு பொருள் கட்டமைப்பு (framework of meaning)க்குள் இணைத்து ஆன்மீக சூத்திரங்களாக உருவாக்கினர். உபாஸநா என்பது இந்த ஆன்மீக சூத்திரங்களின் மேல் தியானம் புரிவது. அத்தகைய பொருள் கட்டமைப்பு இணைப்பிலா வெறும் அடையாளப் பொருட்களின் மீதான தியானம் உபாஸநா அல்ல. அவைகள் வெறும் மனச்செறிவு மட்டுமே. அதற்கு "தாரணா" என்று பெயர்.

இத்தகைய சூத்திரங்களின் மீது தியானிப்பதால், காலகட்டத்தில் அதன் உட்பொருளாம் மெய்ப்பொருள் விளங்க ஆரம்பிக்கும். இந்த சூத்திரங்களே உபாஸநாவின் உத்திகள். இதனை "வித்யா" என்று கூறிகிறார்கள. இத்தகைய உத்திகள் 32 எனக் கூறப்படுகிறது. காயத்ரி-வித்யா, அந்தராதித்யா-வித்யா, மது-வித்யா, சாண்டிலா-வித்யா போன்றவை நன்கு அறியப்பட்டுள்ளன.

ரிஷிகளும், முனிஞானியரும் உத்திகளைப் பயன்படுத்தி ஆழ்தியானம் புரிந்து உபநிடத கருத்தக்களை வரைந்தனர். இது நமது நாட்டின் உயர்ந்த சனாதன தர்மத்திற்கு ஒரு எடுத்துக்காட்டு. வேறெந்த நாடும் இத்தகைய மனநிலை வளர்ச்சி அறிவு நிலை அடைந்ததில்லை என புகழ்பெற் மேலைநாட்டு மன இயல் நிபுனர் ட்யூஸன் (Deussen) கூறுகிறார்.

முடிவுரை

ஆக, தன்னுள் இருக்கும் ஆன்ம ஆற்றலை அறிந்து அவ்வாற்-
றலைப் பயன்படுத்தி இறைநிலைக்கு உயர்ந்து இறைவனுடன் ஒன்-
றிணையும் நிலையே தியான யோகம் எனப்படுகின்றது. இதனைத்
தமிழில் தவம் என்பர். இவ்யோகநெறிகள் பலவாகும். அவற்றுள்
குறிப்பிடத்தக்க ஒன்றாக விளங்குவது அட்டாங்க யோகமாகும். இவ்-
வட்டாங்க யோகத்தையே

"இயம நியமமே எண்ணிலா ஆசனம்
நயமுறு பிராணாயாமம் பிரத்தியா காரம்
சயமிகு தாரணை தியானம் சமாதி
அயமுறும் அட்டாங்க மாவது மாமே."

(திருமூலர் — திருமந்திரம்.10 பா.542) என்று திருமூலர்
கூறுகிறார்.

"ஒருமையுள் ஆமைபோல் ஐந்தடக்கல் ஆற்றின்
எழுமையும் ஏமாப்பு உடைத்து (126)"

என திருவள்ளுவர் எடுத்துரைக்கின்றார்.

அஸம்பூதி உபாஸநா

அஸம்பூதி - காரண பரமன் - இயற்கை

ஆதியும் அந்தமுமிலாமல், மாற்றமேதுமில்லாமல், தூய இருப்-
பாய், உண்மையாய், பேரின்பமாய் எங்கும் எதிலும் நீக்கமற நிறைந்த
தூய இருப்பும், அனைத்து வகையான ஆற்றல் மற்றும் அனைத்துப்
பொருட்களின் மூலமும், அனைத்து துகள்களும் மூலக்கூறுகளையும்,
உருவாக்கும் அனைத்து வடிவங்களின் ஆதாரமாகவும் உள்ள
அவ்யய இயற்கை எனும் சக்தி நிலையும் ஒன்றிணைந்த ஐக்கிய
நிலைதான் பரம்பொருள்.

வியாவஹாரிகா நிலையில் (அனுபவ நிலையில்), பரப்பிரம்மன்
அதே தூய இருப்பு/உணர்வாகவே உள்ளது. சக்திநிலையான
இயற்கை (பரமார்த்திக நிலையில் இதனை மூலப்பரக்ருதி என்பர்)
தன்னுடன் இணைந்திருக்கும் சத்வ, ரஜ, தமஸ குணங்களின் மூலம்
தன்னை மாற்றிக் கொண்டு, மாயா & அவித்யா எனப்படும் இரண்டு
நிலை பிரதிபலிப்பான்களை முன்வைத்து, பிரம்மனை ஈஸ்வரனாகவும்
ஹிரண்யகர்ப்பனாகவும் பார்க்க வழிவகுக்கிறது. அனுபவநிலையில்
வெளிப்படாத நிலையே காரணப்பிரம்மன் அல்லது ஈஸ்வரன் -
அஸம்பூதி. வெளிப்பட்ட நிலை ஹிரண்யகர்ப்பம் - ஸம்பூதி.

பாலின் உள்ளடங்கிய வெண்ணெய், காண்பதற்கோ, நுகரு-
வதற்கோ இயலாதது. எனினும், நுகரமுடியவில்லை, காணமுடி-
யவில்லை என்பதனால் பாலில் வெண்ணெய் இல்லை என்று

கூறவும் முடியாது. இருக்கின்றது; ஆனால் அது இல்லை. கடந்துள்-ளது; எனினும் உள் உள்ளது. இதைத்தான் ''அஸம்பூதி'', அரூபம், unmanifested என்றெல்லாம் கூறுகிறோம்.

இத்தத்துவத்தை உருவாக்கத்தில் எல்லாவற்றிற்கும் நீட்டிக்க முடி-யும். இல்லாததொன்றில்லை. எல்லாமும் நீ என்று உருவாக்கத்தில் அனைத்தும் அரூபமாக, அஸம்பூதியாக பரம்பொருளில் அடங்கியி-ருந்து, பின்னர் ரூபமாக, சம்பூதியாக, வெளிப்படையாகி பரிவர்த்-தனைக்கு கிடைக்கிறது என்று நமது வேதவாக்கியங்கள் சுட்டிக்காட்-டுகின்றன

அஸம்பூதி உபாஸநா

''அஸம்பூதி'' அதாவது வெளிப்படாத மறை நிலையில், அனைத்தின் காரண, விளைவுகளுக்கு மூலமாக விளங்கும் அந்த காரணப் பிரம்மனை வணங்குதலே இந்த தியானத்தின் பொருள்.

இறைவன் நம்மைக் கடந்து உயர்நிலையிலிருப்பதாகவும், நாமனைவரும் தாழ்நிலையிலிருந்து உயர்நிலை அடைய வேண்டும் என்ற அடிப்படை எண்ணம் இவ்வழிபாட்டின் தன்மை. நம்மையும் மீறிய ஏதோ ஒரு சக்தி நம்மை ஆட்டிப் படைக்கிறது; நாம் வேறு, இறைவன் வேறு என நம்மையும் இறைவனையும் வேறுபடுத்திப் பார்கிறோம். இயற்கையின் சக்தியே உலகை இயக்குகிறது. அது நிலம், நீர், நெருப்பு, காற்று, ஆகாயம் எனும் ஐம்பூதங்களால் ஆனது. தொல்காப்பியர்

''நிலம்தீநீர்வளிவிசும்பொடுஜந்தும்

கலந்தமயக்கம்உலகம்ஆதலின்''

புறநானூறும்

> "மண்திணிந்தநிலனும்
> நிலம்ஏந்தியவிசும்பும்
> விசும்புதைவருவளியும்
> வளித்தலைஇதீயும்
> தீமுரணியநீரும்என்றாங்கு
> ஐம்பெரும்பூதத்துஇயற்கை"

என ஐம்பூதத்து இயற்கையைத் தெளிவுபடுத்துகிறது. ஆதிமனி-தன் ஐம்பூதங்களாலும் ஏற்பட்ட அழிவுகளால் தன்னைவிட அவற்-றுக்குச் சக்தி அதிகம் என்பதை உணர்ந்தான். எனவே நிலநடுக்கம், எரிமலை, கடற்காற்று, மழைவெள்ளம், சூரியவெப்பம், இடி முழக்கம் போன்றவற்றின் சக்தியைக் கண்டு பயந்தான். அந்தப் பயமே பக்-திக்குவழிவகுத்துக் கொடுத்தது. அதனாலேயே பயபக்தியுடன் வழிப-டவேண்டும் என்று இன்றும் சொல்கிறோம்.

காலப் போக்கில், இந்த இயற்கை வழிபாடு, அணங்கு, செல்வி, தவ்வை, கொற்றவை, துர்க்கை, காளி, உமை எனப் பலபல உரு-வோடும் பெயரோடும்உருவ வழிபாடாய் படர்ந்து பரவியது. சங்க காலமக்கள் நிலத்தின் - மலையின் சக்தியை மலைமகளாயும் தீயின்-சக்தியை காடு கிழாளாயும் நீரின் சக்தியை கடல் கெழு செல்-வியாயும், சூரைக்காற்றின் சக்தியை சூராமகளிராயும் ஆகாயத்தின் சக்தியை கொல்லிப்பாவையாயும் வழிபட்டனர் என்பதை சங்க இலக்-கியங்கள் உணர்த்துகின்றன. அதனாலேயே பெண் தெய்வங்கள் இன்றும் கூட சக்தி என்றபெயரால் போற்றப்படுகின்றனர்.

> "மாயோன் மேய காடுறை உலகமும்
> சேயோன் மேய மைவரை உலகமும்
> வேந்தன் மேய தீம்புனல் உலகமும்
> வருணன் மேய பெருமணல் உலகமும்
> முல்லை குறிஞ்சி மருதம் நெய்தல் எனச்
> சொல்லிய முறையாற் சொல்லவும் படுமே (தொல். நூ. 951)"

என்பது தொல்காப்பியம்.

ஆக இயற்கை வழிபாடு மனிதனுக்கு இயல்பாகவே வந்தது. பஞ்ச பூதங்களுடன் சூரியனையும் சந்திரனையும் சேர்த்து வழிபட்ட மனிதன், தன் பூத உடலை விடும்பொழுது அவன் "இயற்கை எய்தினான்" எனக் கூறுவதும் இந்த இறைவழிபாட்டுமுறையைத் தழுவியதே இத்தகைய வழிபாட்டின் சாரம்.

அஸம்பூதி உபாஸனாவின் பலன்கள்

சக்தி வழிபாடு போன்ற தந்திர சாத்திரத்தில் பரிந்துரைக்கப்பட்ட சடங்குகளால் இவ்வழிபாடுகள் அமையும். அத்தகைய வழிபாடு மூலம் அண்டங்களின் செயல்பாட்டின் அறிவுதனைப் பெறமுடியும். வாழ்வதனின் அத்தியாவசியக் கூறுகளின் தன்மையை ஒருவர் புரிந்து கொள்ள முடியும். இயற்கயின் முழு அறிவை அடைவதனால், இயற்கையால் நடைபெறும் மாற்றங்களை அறிந்து, வாழ்வில் நமக்கு வரும் இடர்களும், மாறிடும் நிலைகளும் துயரேதுமில்லை என உணரமுடியும். இத்தகைய வழிபாட்டின் (தியானத்தின்) மூலம் ஒருவர் மரணத்தையும் கடந்து செல்ல முடியும். எனினும் அதுவும்கூட ஒரு நிலையான இருப்பு அல்ல. மாறுவதை துயராக கருதாத ஒரு நிலை; அவ்வளவே தான். மாற்றங்கள் உள்ளன; எனினும் அவைகள் வேண்டப்படாததெனவோ அல்லது துயர்களிழைக்குமோ எனக் கருதுவதில்லை.

அத்தகைய தியான நிலையில், உணர்வும் வினையும் இல்லாத இருண்ட (வெளிப்படாத) சமநிலையான இயற்கையுடன் கலைந்து ஒன்றிணைவான் அந்த தியானி. வெளிப்படாத அந்த இயற்கை வெளிப்படுகையில், அந்த நிலையில் கலந்து இணைந்தவர் மறுபடியும் பிறவி எடுத்து வெளிப்படுவர்.

அவ்வாறு அத்தியானிகள் இயற்கையுடன் கலைந்து இணை-
வதை "ப்ரக்ருதி லயா" அல்லது "இயற்கை இணை நிலை" என்பர்.
அந்நிலை அடைவது வீடுபேறு அடைவதாகாது; தாற்காலிகமாக
கடையை மூடிவைத்த மாதிரி என்பதை நாம் உணர வேண்டும்.

அதே சமயம் அன்றாட வாழ்வில் வினைபுரிந்து அல்லலுற்று
உழலும் மானிடர்களும் அவர்தம் இறப்பின் போது இயற்கையே எய்-
துவர். அப்படி அவர்கள் எய்வது ப்ரக்ருதி லயா அல்ல. அவர்கள்
எல்லாம் அவரவர் வினைப்பலனால் விளைந்து, பேரழிவு (ப்ரளய)
காலத்திலும் அழியாமல் இருந்திடும் அவரவர்தம் நுண்ணுடலில்
உறையும் "வினைப் பலன்களின் வாசனை"களின்படி பிறவி எடுப்பர்.
இயற்கை எய்துவது வேறு; இயற்கையுடன் ஒன்றிணைவது வேறு.
புரிந்து கொள்ள வேண்டும்

ஆக, ப்ரக்ருதி லயா எனும சொல்லுக்கு சிறப்பு பொருள்
உண்டு. ப்ரக்ருதி லயா என்பவன் (அதாவது தியானத்தால் இயற்-
கையுடன் கலைந்து ஒன்றிணைந்தவன்) மறுபடியும் சாதாரண மானி-
டனாகுவதில்லை. அப்படி ஒன்றிணைந்ததால், எங்கும் நிறை இயற்-
கையின் அடிப்படை சாரமாக ஆகி, மாற்றமேதுமில்லாமல் இயற்கை
வெளிப்படுகையில், ஆழ் உறக்கத்திலிருந்து விழிக்கும் உடல-மன
வளாகம் போல, எந்நிலையிலிருந்தானோ அந்நிலைக்கே திரும்பி
வருகிறான் அந்த தியானி. மூடி வைத்த கடையை மறுபடியும் திறப்-
பது போல.

ஸம்பூதி உபாஸநா

ஸம்பூதி - ஹிரண்ய கர்ப்பம்

பரமார்த்திகா நிலையில் நிர்குணனாக இருக்கும் பரப்பிரம்மன், மாயையால் பிரதிபலிக்கப்பட்டு, வரையரைகளாலான (அறிபவன்/ அறிவது வேறுபாடு, காலம், இடம் போன்றவைகள்), வெளிப்பாடு- டைய சகுண பிரம்மனாகிறான். மாயையின் தொடர்புடைய அந்த சகுணப் பிரம்மனின் வெளிப்படா நிலையில் ஈஸ்வரன் (காரணப் பிரம்மன்) என்றும், வெளிப்படும் நிலையில் (manifested state) ஹிரண்யகர்பா, பிரம்மா (நான்முக கடவுள்), காரியப் பிரம்மன் என்- றும் அழைக்கப்படுகிறான் என்றும் நாம் முந்தைய அத்தியாங்களில் பார்த்தோம்.

ஹிரண்யகர்பமே வெளிப்படும் முதல் படைப்பு என்று மறைகள் கூறுகின்றன. வித்தெனும் உள்ளார்ந்த நிலையில், வேர், தண்டு, கிளைகள், இலைகள், பூக்கள், காய்கள், கனிகளென மரம் வெளிப்- படுவதைப்போல "காரிய ப்ரம்மன்" (வடிவுடை பரமன்) எனும் "ஹிரண்யகர்ப்பா", மாயையின் விக்ஷேப சக்தியால் (முந்தைய பக்- கங்களில் நாம் படித்தறிந்தது) வெளிப்படுகிறான்.

ஹிரண்யம் என்றால் பொன்/தங்கம் என்று பொருள். அறிவும் பொன்னும் ஒளிமயமானது என்பதால், இங்கே அதற்கு அறிவு என்ற பொருள். பொன் போன்ற ஒளி படைத்த அறிவால், அறியாமை- யெனும் இருள் நீங்கியது என்பர். கர்ப்பம் என்றால் கருப்பை என்று பொருள். இந்த இடத்தில் அதற்கு உள்ளே என்ற பொருள். ஹிரண்ய கர்ப்பம் என்றால், அதனுள் ஒளிமயமான அறிவு என்ற

பொருள். முடிவற்ற அறிவு என்பார்கள். அழியா அறிவதனை உள்-
ளடக்கிய கருவறை.

அதாவது, அனத்தின் எல்லைகளையும், அனைத்துப் பொருட்-
ளும், அனைத்து உயிரினங்களையும், அனைத்து அண்டங்களையும்
அவைகளின் நுண்ணிய நிலையில் அடக்கிய கருப்பை என்று
பொருள். இப்படி, முற்றிலும் வெளிப்பட்ட அனைத்து அண்டங்களின்
நுண்ணிய நிலையை உள்ளடக்கிய கருப்பையே ஹிரண்யகர்ப்பம்
எனக் கூறப்படுகிறது. காரிய பரமனின் முதல் வெளிப்பாடு என்ப-
தனால், "ப்ரதமஜ" அல்லது "முதல்பிறவி" என்றும் பொன் கருவரை
அழைக்கப்படுகிறது. இதற்கான சமஸ்க்ருத தொழில்நுட்பச் சொல்
"ஸம்பூதி".

ஹிரண்யகர்ப்பம் - ஒரு பௌதீக அறிவியல் கண்ணோட்டம்

பள்ளித் தோழன் ஒருவனை, நீங்கள் ஒரு மிக நீண்ட காலம்
(உதாரணத்திற்கு 50 ஆண்டுகளுக்கு பிறகு) பிறகு ஒரு கூட்டத்தில்
பார்க்கும் போது என்ன சொல்வீர்கள்?

*"அதோ ! என்னுடைய 5ம் வகுப்பு பள்ளித் தோழன். அதே
அங்க அடையாளம். ஐம்பது ஆண்டுகளானாலும் நான் மறக்கவிலை.
அவன் பெயர் தாமோதரன் என்று கூறுவீர்களா?*

அல்லது

*இடைவிடா தொடர்ச்சித் தாக்குதலால் எண்ணற்ற போட்டான்கள் என்
விழித்திரையில் விழுந்து, பார்வை நரம்புகள் வழியாக மின்னனு
அலையாய் சென்று தாலமஸ் பின்னுள்ள இருமேடு சென்று அங்கி-
ருந்து என் பிரதானமான காட்சிப்புறனி வழியாக, ஸ்ட்ரையேட் காட்-
சிப்புறனியில் வண்ணங்களை அடையாளம் கண்டு, பின் பொருட்-
களை நினைவுக்கு கொண்டுவரும் மூளையின் முன்பகுதி சென்று
ஆராய்ந்து என் பள்ளித் தோழன் தாமோதரனை தான் கண்டேன்
என்பீர்களா?"*

இரண்டும் சரியான கூற்று தான்; முதல் கூற்று பொருள் என்று கூறமுடியாத மனம் ரீதியானது, இரண்டாவது பௌதீகப் பொருளான மூளை ரீதியானது.

பொதுவாக, மனம் என்பது நம் எண்ணங்கள், உணர்வுகள், நினைவுகள், நம்பிக்கைகளின் ஒருபொருட் சொல்லாக கருதப்படு-வது. மனம் பொருட்களால் ஆனது அல்ல. எனினும் மிகவும் சக்தி வாய்ந்தது.

மண்டை ஓட்டுக்குள், மூன்று பவுண்டு எடையுள்ள பாலாடைக்-கட்டி போன்ற அமைப்பே, மனம் என்று நாம் கூறுவதன் பொருள் வடிவமான மூளை என குறைந்த பட்சம் விஞ்ஞானிகளாவது கரு-துகிறார்கள். நமக்கு சிந்தனையோ அல்லது உணர்வோ தோன்றி-னால், அதற்கு மூளையே காரணம் என்றும், மூளை ந்யூரான்கள் வழி மின்னணு அலைகளச் செலுத்தி நரம்பியல் ரசாயனங்களை உற்பத்தி செய்வதால் அந்த சிந்தனையோ உணர்வோ ஏற்படுகிறது என்றும் கூறுகிறார்கள். நரம்பியல் அறிவியல் அறிஞர்கள் பெரும்-பாலானோர், மனம் என்பதற்கு தனி இருப்பு என்று ஒன்றுமில்லை என்று வலியுறுத்துகின்றனர். அது மூளையின் ஆற்றலே தவிர அது சுயேச்சையாக இயங்கும் தன்மை கொண்டதல்ல என்றும் கூறுகின்-றனர்.

ஆக, அறிதிறன் நரம்பியல் (cognitive neuroscience), மனித மனதின் உயிரியல் அடித்தளங்களை (biological foundations) கண்டறிய முற்படுகிறது. எப்படி மனச்செயல்பாடுகள் (mental operations) மூளையின் தகவல் செயல்முறை அமைப்-பிலிருந்து (information processing architecture) உருவெ-டுக்கின்றது என்பதை அறிவது ஒரு நோக்கு. எப்படி? மனித மனம், மூளை இரண்டையும் தனிநிலையில் ஆய்வதா அல்லது வேறு பார்-வையில் ஆய்வதா?

நம்முடைய அன்றாட உலகில் நாம் நமக்குச் சொந்தமான அனுபவங்களிலிருந்து, நம்மைச் சுற்றியுள்ள உலகம் கண்டு, சமூக உலகில் பங்கேற்று, , நெறிமுறைகளிலிருந்து வழி தேடி, அழகான அனுபவங்களில் மகிழ்ந்து, அருமை நண்பர்களுடன் பரிவுடன் கலந்து, இந்த அனைத்து அனுபவங்களையும் உள்வாங்கி அதன் அர்த்தங்களைப் புரிந்து கொள்கிறோம். இப்படிப்பட்ட சூழலில் மனித மூளையை தனித்த ஒருவரின் நிலையிலிருந்து பௌதீக ரீதியில் பார்ப்பது எப்படி சரியான அணுகுமுறையாகும்?

அரோன் பார்பே, இல்லினாய்ஸ் பல்கலைக்கழக மன இயல் பேராசிரியருடன் இன்னும் இருவரும் சேர்ந்து நடத்திய ஆராய்ச்சியில் கூறுகிறார்கள்;

"அறிதிறன் நரம்பியலில் (*cognitive neuroscience*) பொதுவாக ஒருவரின் அறிவின் பிரதிநிதித்துவம் அவரது மூளையில் என்றும், அது ஒருவொருவருக்கிடையே நேருக்கு நேர் பரிமாற்றப்படுகிறது என கருதப்படுகிறது. காந்த அதிர்வு அலை வரைவு (*MRI*), கதிரியக்கத் துழாவல் (*CT Scan*) போன்ற ஆய்வுகள் தனிப்பட் ஒருவரின் மூளையைத் துழாவி அதன் செயல்பாட்டை பூகிக்க முடியும். எங்களின் ஆய்வு அத்தகைய கருத்து சில முக்கியமான நிகழ்வுகளில் சரியில்லை என்பதை நிருபணம் செய்கிறது. இதை ஊர்ஜிதப்படுத்த, சமீபத்தில் ஒரே சமயத்தில் பலர் ஒரே விஷயத்தை சிந்தனை பரிமாற்றம் செய்யும் பொழுது அவர்களின் மூளைகளை அதே சமயத்தில் காந்த அதிர்வு அலகளைப் படம்பிடித்த போது, அவர்களின் மூளைகளின் அதே பகுதிகளில் மின்னணு அலைகளின் ஆக்கம் தெரிந்தது. ஆக, இந்த அறிதிறன் நரம்பியலின் மிகப் பெரிய சவால் என்னவென்றால், ஒருவரின் மூளையில் உறையாமல் அடுத்தவரிடமோ, சமுகத்திடமோ வெளிக்குத்தகையிலிருக்கும் (*outsourced*) அறிவை எங்கனம் நாம் அறியமுடிவது என்பதே. ஒருவரின் அறிவாற்றல் என்பது பௌதீக உலகிற்கும், அடுத்தவர்களின் மூளைக்கும் பரவியுள்ளது"

மேல்கூறிய கருத்துக்கள், ஆய்வுகள் நம்மை மற்றொரு முக்கியமான தத்துவத்திற்கு அழைத்துச் செல்கின்றன. அதுவே கூட்டுணர்வு (*collective consciousness*) என்பதாகும். கார்ல் ஜங் எனும் புகழ் பெற்ற மனநிலையியல் நிபணர், ஒருவருக்கொருவருடனும், அவர்களின் முன்னோர்களுடனும் தங்களது பகிர்ந்த அனுபவங்கள் மூலம் மனிதர்கள் இணைக்கப்பட்டுள்ளனர் என நம்புகிறார். நம் உள்ளுணர்வு என்பது, நம் சொந்த அனுபவங்கள், நினைவுகள் மட்டுமில்லாமல், மனித குலத்தின் அனுபவங்களும் நினைவுகளும் நிறைந்த களஞ்சியம். அனைத்து மனிதர்களின் உள்ளுணர்வுகளும் இப்படியே. இக்கூட்டுணர்வு மூலமே நாம் உலக வாழ்க்கைக்கு ஒரு அர்த்தம் கொடுக்கிறோம் என கார்ல் ஜங் கருதுகிறார்.

மனம் என்பது பொருளான மூளையின் செயல் அல்லது வினைப் பரிமாணம். கூட்டு மனம் (*collective mind*) என்பது, பகுதிகள்-

முழுமை, தனிநபர்-சமூகம், நிலையான தன்மை-மாற்றம், பகுத்தறிவு-படைப்பாற்றல் இவைகளுக்கிடையே உள்ள எல்லைகள்/வேற்றுமை-களைக் கருதாமல், உறவுகளை ஏற்படுத்துகிறது. அப்படிப்பட்ட கூட்-டுமனம் ஒவ்வொருவரின் மனநிலையையும், கூட்டான மனநிலைக்கு-தவியும் அந்நிலைகளை புரிந்து கொள்கிறது

கூட்டு மனம் / கூட்டு உணர்வைப் படித்தறிய உலகம் முழுவதும் விரிவான விஞ்ஞான ஆய்வு நடக்கிறது.

ஹிரண்ய கர்ப்பம் - ஒரு உயர்நிலை தத்துவ கண்ணோட்டம்

இதுவரை பௌதீக அளவில், உலகத்தில் மனம், மூளை, உணர்வு என்பவைகளப்பற்றிய கருத்துக்களைப் பார்த்தோம் இப்பொழுது, இவைகளை உயர்நிலை தத்துவ ரீதியில் (உலகத்திலிருந்து அண்-டங்கள் அடங்கிய ப்ரபஞ்ச நிலை) ஆராய்வோம்.

இரவில் விண்ணை நோக்குங்கள. எத்தனை நட்சத்திர மண்-டலங்கள, கோளங்கள்? இந்த பிரபஞ்சத்தை நன்றாகப் பாரத்தபின் இவ்வினாக்கள் நம் மனதில் எழும்.

1. இந்த நட்சத்திரம் சரி, இது தவறு; இந்த மண்டலம் சரியாக அமைந்துள்ளது, இது இல்லை என்று ஒப்பிடுகிறோமா?
2. விண்மீன் திரைகளில் ஒன்றின் வெளிப்புற விளிம்புகளில் உள்ள ஒரு சிறிய (!) நட்சத்திரத்தை சுற்றி சுழலும் ஒரு முக்கியமற்ற (!) மண், நீர் கலந்த ஒரு பந்து மீது நாம் வாழ்கிறோம் என்று சிந்திக்கின்றோமா?
3. உருவாக்கம், பராமரிப்பு மற்றும் அழிவு ஆகியவற்றின் தெளிவாக அமைக்கப்பட்ட செயல்முறைகளை நாம் காண்கிறோமா?
4. இவைகளையெல்லாம் ஊடுருவி, சுற்றிப் பிணைக்கும் பேருணர்வு எனும் நூலை நாம் காண்கிறோமா?

இவ்வினக்களுக்கு சரியான விடைகள் உண்டோ இல்லையோ தெரியாது; அது ஒவ்வொருவருன் மனநிலையைச் சார்ந்தது. ஆனால் ஒன்று மட்டும் நிச்சயமாகப் புரிகிறது. இவற்றின் பின், எல்-

லாவற்றிலும் நாம் ஒரு ஒழுங்கு, ஒரு தர்மம் (இந்த பிரபஞ்சத்தை கையாள்வதில் நமது செயல்களைத்தவிர) பார்க்கிறோம், இல்லையா? இப்படிப்பட்ட ஒழுங்கு, தர்மத்தை எப்படி இப்பிரபஞ்சம் கடைப்பிடிக்-கிறது? இந்த உத்தரவு எங்கிருந்து வருகிறது? எங்கோ கூட்டு மனம் / கூட்டு நுண்ணறிவு / கூட்டுணர்வு ஒன்று இருந்து இதை நிலை-நாட்டிக் கொண்டிருக்க வேண்டும். அது மட்டும் உறுதி அல்லவா? என் வார்த்தையை குறிக்கவும். நான் "கூட்டு மூளை" என்ற வார்த்-தையைப் பயன்படுத்தவில்லை.

என் வரையறுக்கப்பட்ட அறிவைப் பொருத்தவரை அந்த கூட்டு மனம் / கூட்டு நுண்ணறிவு / கூட்டுணர்வு (சமஷ்டி மனம்) என்-பதனையே பொன் கருவறை என அழைக்கிறோம். வேதங்களின்படி இதுவே முதல் படைப்பு.

பொன் கருவறை என்பது அனைத்தின் ஒன்று கூடிய மனம் (புத்தியும் சேர்ந்த) என்பதனால், அந்த அனைத்து நுண்நிலைகளின் ஒருமித்த நிலை, உடல் மன வளாகத்திலிருக்கும் பொறிபுலன்களுக்கு அப்பாற்பட்டது. எனவே அப்பொறிபுலன்களுக்கு அக்கருவறை புலப்-படாது. அந்நிலையில் மாயையின் வெளிப்படுத்தும் (உந்தும்) சக்-தியினால், மன உடல் வளாகமுறை ஜீவன், தானே காரணம், தானே நுகர்வோன் என எண்ணி நுண்நிலை இருப்புகளை பருநிலை உலகாகவும், பொருள்களாகவும் வெளிப்படுத்துகிறது. வெளிப்படுத்-தியதோடல்லாமல், அப்படி வெளிப்பட்ட உலகமும், பொருட்களும் நிலையானது என்ற தவறான புரிதலும் கொள்கிறது.

ஸம்பூதி உபாஸநா

ஹிரண்ய கர்பத்தை தியானம் செய்வதே ஸம்பூதி உபாஸநா எனப்படும். ஸ்வாமி பரமார்த்தானந்தாவின் போதனைகளை இங்கு

மேற்கோளாக காட்டுகிறேன்:

"ஹிரண்யகர்ப்பம் என்பது பொறி புலன்களுக்கு அப்பாற்பட்டது, அவைகளால் அதனை உணரமுடியாது என்றால் அந்த ஹிரண்ய-கர்பத்தை எப்படி தியானிப்பது? அதற்கு ஒரு யுக்தி உள்ளது. ஒரு சின்னத்தை (ஆலம்பனம்) பயன்படுத்துவது. கூட்டு மனதின் (சமஷ்டி மனம்) சின்னமாக நம் மனதை (வ்யஷ்டி மனம்) பயன்படுத்துவது. அதாவது, கவனைத்தை நம் மனம்மேல் திருப்பி தியானிப்பதுவே ஹிரண்யகர்ப்ப தியானம்''. இதுவே ஒரு எளிய விளக்கம்.

சரி, நம் மனம் எங்குள்ளது? நமது சாஸ்த்திரங்கள், மனது மூளையி-லிருந்து முற்றிலும் வேறுபட்டது என்று சொல்கின்றன. மூளை பொறி புலன்களால் அறியக்கூடிய ஒரு பருஉடல் உறுப்பு. மனம் காண இயலா ஒரு நுட்பமான கருவியாகும். மரணத்தின் போது, மூளை உடலுடன் எரிந்து சாம்பலாகும். மனம் பிழைத்து, உடல் எரிந்தபின்-னர் இன்னொரு உடலைத்தேடி அலையும். அறிவியல் இந்த கருத்தை ஏற்கவில்லை.

மறைகள், நமது ஜம்புலன்களுக்கும் (இந்திரியம்) ஏற்ப உடலில் ஜம்-பொறிகள் (கோலகம்) உள்ளதை உரைக்கின்றன. உதாரணமாக நமது பார்வைக்கு கண்களே கருவி. குருடர் என்று நாமழைக்கும் மனித-ருக்கு பொறிகள் (கோலகம் - கண்கள்) உண்டு புலன் (இந்திரியம் - பார்வை) இல்லை. அதைப்போல நமது மனதின் பொறி (கோல-கம்) இதயம் (ஹ்ருதயம்) என்று கூறுகிறர் ஆதி சங்கரர். விழிப்பு நிலையில், மனம் உடலை மேவி பணி புரியும். ஆழ் உறக்க நிலை-யில் உடலிலிருந்து விலகி அதன் இல்லமான (கோலகம்) இதயத்-திற்கு திரும்பும். ஹிரண்யகர்பம் என்பது எல்லாம் வல்ல, எல்லாம் அறிந்த கூட்டு மனம்."

ஸம்பூதி உபாஸநாவின் பலன்கள்

அடிப்படையில் இந்த வழிபாட்டில் பிரதானமாகப் பயன்படுத்தப்-படும் நுட்பம், தியானம். இப்படி ஹிரண்யகர்ப்ப (ஸம்பூதியை) தியா-

னிப்பவர்கள், பிரபஞ்சத்தை வழிபடுகிறார்கள். அதாவது அனைத்துப் படைப்புகளும் ஒன்று, இயற்றகையெனும் ப்ரக்ருதியும் ஒன்று என்ற அடிப்படை உணர்வுடன் வழிபடுவது. அந்த உணர்வில் அவர்களும், இயற்கையும் பிரபஞ்சமும் வேறு என்று அவற்றை வழிபடுகின்றனர். அதாவது, இறையும் நானும் வேறு என்ற உட்கருத்துடன் வழிபடு-வது.

இவ்வழிபாட்டின் மூலம் இஞ்ஞானிகள் ஒப்பீட்டளவில் அழி-விலா நிலை அடைந்தாலும், இயற்கையுடன் கலந்திணைந்து மரணத்தைக் கடந்து மறுபிறவி தவிர்ப்பரே (க்ரம முக்தி) அன்றி வீடுபேறு அடைவது என்பது இவ்வகை வழிபாட்டில் இயலாதது. ஏனெனில் அந்த தியானத்தின் உட்கருத்தில் இருமை உளது (நான் வேறு, இறை வேறு).

அந்த வழிபாடு புரியும் ஞானிகள், பிரம்ம லோகம் என்னும் இறை உலகத்தை ஷுக்ல கதி என்ற பாதை வழி அடைவர் என்று மறைகள் கூறுகின்றன. அந்தப்பாதை இதயத்திலிருந்து தொடங்கு-வதாய் மறைகள் கூறுகின்றன. மரணத்தின் போது (உடலை விட்டு உயிர் பிரியும் போது) நுண்ணுடலும், காரண உடலும் இதயத்திற்கு திரும்புகின்றன. அங்கிருந்து தோன்றும, 101 நாடிகளில் ஒன்றான சுஷும்ன நாடி வழியாக மேல்நோக்கி சென்று கபால உச்சி வழி-யாக, சூரியன் வழியாக பிரம்ம லோகம் அவைகள் அடைந்திடும் என்று மறைகள் உரைக்கின்றன. இதைப்பற்றிய விபரங்கள் இந்த முன்னோக்கில் அடங்க வில்லை என்பதை அறிக.

பிரம்ம லோகம் அடையும் இஞ்ஞானியர் அட்டமா சித்திகளை அடையக்கூடும். எனினும், அவைகளால் அடையும் மகிழ்வும் நிலையற்றதே என மறைகள் கூறுகின்றன.

சூரியன்

உலகெங்கிலும் உள்ள பாரம்பரிய மற்றும் பழங்கால கலாச்சா-ரங்களைப் பார்த்தால், சூரியனை ஒரு ஆன்மீக சக்தியாகவும், ஒரு சிறந்த அடையாளமாகவும், மெய்ப்பொருளுக்கான ரகசிய வாசலா-கவும் காணலாம். மத, ஆன்மீக, யோக, ஜோதிட மரபுகளில் சூரி-யனின் பங்கு இன்றியமையாதது என்பதையும் காணலாம். மேலும் அதன் வெளிப்புற வடிவத்திற்குப் பின்னால் உள்ள ஞானத்தையும் கருணையையும் புரிந்து கொள்ள முயல்கிறோம். சூரியன் மூலம் அனைத்து இருப்புகளுக்குப் பின்னால் உள்ள உச்ச சக்தியை உள்-ளுணர்வு செய்கிறோம்.

இந்து தர்மத்தில் சூரியனின் பங்கு

நம் உலகத்திற்கு ஊட்டமளித்து உய்விக்கும் சூரியன், சூரிய மண்டலத்திற்கு ஒளி மற்றும் ஆற்றலின் ஆதாரமாகவும் உள்ளது. வேத தத்துவத்தில், சூரியன் பிரம்மத்தை குறிக்கிறது. நமது முன்-னோர்களின் கூற்றுப்படி சூரியக் கடவுளை பரம்பொருளின் சிறந்த வெளிப்பாடாகக் கருதுகிறோம். சூரியனில், மனித அறிவுக்கு அப்-பாற்பட்ட ஆற்றல்-சக்தி உள்ளது, மேலும் வேதங்களின் காலம் முதல் இன்று வரை சூரியனை ஈஸ்வரனின் பிரதிநிதியாகக் கருது-கிறோம். இது ஒரு பெரிய ஆன்மிக ரகசியம், இதை நம் சாதாரண மனது புரிந்து கொள்ள முடியாது.

ஜோதிட சாஸ்திரத்தின் படி, சூரியன் ஆத்மாவுடன் இணைந்-துள்ளது, சந்திரன் மனத்துடன் இணைந்துள்ளது. இவை ஞானிகளும் மகான்களும் அனுபவித்த உண்மைகள்.

சூரியன் வேதங்களின் உயர்ந்த தெய்வம். விண்ணுலகின் தெய்வீக சக்தி, வளிமண்டலத்தில் மின்னலாகவும் பூமியில் அழலாகவும் (நெருப்பாகவும்) செயல்படுகிறது. அம்மூன்றே புலப்படும் நம் உலகில் ஒளியின் மூன்று முக்கிய வெளிப்பாடுகளாகும்.

வேதங்களில் கூறிய வேள்விச் சடங்குகளில், புனித அழலுக்கு ஆவுதியாக அளிக்கும் பிரசாதம், சூரிய தெய்வத்தின் நன்மை செய்யும் சக்திகளுடன் இணைக்கும் பொருட்டே.

மெய்ப்பொருளின் தெய்வீக ஒளியை முன்னெடுத்துச் செல்ல நாம் அனைவரும் பூமியில் பிறந்த சூரியனின் குழந்தைகள் என்று வேதம் கூறுகிறது. வேதங்கள், சூரியனை நமக்குள் உள்ள உயிர், புத்தி, உள்ளுணர்வாகவும் போற்றுகின்றன. நம் ஒவ்வொருவரின் ஆத்மாவும் சுயமாக ஒளிவிடும் சூரியனே என்றும் வேதங்கள் உரைக்கின்றன.

சூரிய வழிபாடு - பரந்த கண்ணோட்டம்

சூரியன் மட்டுமே உச்ச உண்மை, தெய்வீக ஒளி, பிரம்மன் ஆகியவற்றின் புலப்படும் பிரதிநிதி. இந்த பூவுலகில் அந்த பிரம்மனை ஒருவர் காட்சிப்படுத்தக்கூடிய மூன்று இடங்கள் மட்டுமே உள்ளன.

1. விண்வெளியில் கோளங்களின் கட்டமைப்பில் ஒரு பகுதியாக,
2. இதயத்தின் உள்ளே,
3. புருவங்களுக்கு இடையே உள்ள இடைவெளி,

இந்து மதம் ஏன் புருவங்களுக்கு இடையில் ஒரு திலகம் அல்லது குறியை வலியுறுத்துகிறது என்பதற்கான மறைவான காரணத்தை கடைசியாக கூறப்பட்ட இடம் தருகிறது. இந்த மூன்றில் முதலாக கூறப்பட்ட இடமே நமக்கு புலப்படும் இடம். என்பதால் அந்த ஆதவனை வழிபடுவதன் மூலம் பிரம்மனை வழிபடுவது மிகவும் எளிதானது. நம் உள்ளிருந்து ஒளிர்பவர் அவரே.

நமது வரையறுக்கப்பட்ட உணர்வு, சூரியனால் குறிக்கப்படும் எல்லையற்ற உணர்வுக்கு திறக்கப்பட வேண்டும்.

"ஊரிலான் குணங் குறியிலான் செயலின் உரைக்கும்
பேரிலான் ஒரு முன்னிலான் பின்னிலான் பிறிதோர்
சாரிலான் வரல் போக்கிலான் மேலிலான் தனக்கு
நேரிலான் உயிர்க் கடவுளாய் என்னுளே நின்றான்"

என்ற கந்த புராணம் உரைத்த, நம்முள்ளே நின்ற ஆதி அந்த-மிலா அந்த மெய்ப்பொருளை ஐயமின்றி ஒருவர் உணர்ந்து கொண்ட பின்னர்தான், பற்றற்றான் பற்றினைப் பற்றி பின் பற்று விடற்க முடியும்.

> *"காட்டானை மேலேறிக் கடைத்தெருவே போகையிலே*
>
> *நாட்டார் நமை மறித்து நகை புரியப் பார்ப்பரன்றோ*
>
> *நாட்டார் நமை மறித்து நகை புரியப் பாரத்தாலும்*
>
> *காட்டானை மேலேறி என் கண்ணம்மா கண் குளிரப் பாரேனோ"*

என்று ஒரு சித்தர் அருமையான கவியில் விளக்குகிறார். காட்-டான் என்றால் தன் இருப்பை உணரக் காட்டிக் கொள்ளாதவன், உருவமற்றவன் என்று ஒரு பொருள். இத்தகைய காட்டான் எனும் உருவமற்ற நிலை, பேரியக்க மண்டலம் முழுவதும் நிறைந்து இறை-வனாகவும், ஒவ்வொரு சீவனிலும் அறிவாகவும் உள்ளது. எனவே காட்டான் என்ற சொல் அறிவையும் குறிக்கும்.

காட்டான் எனும் அறிவு, காட்டான் எனும் பரம்பொருளை உணர்ந்து அதனோடு இணைய முயலும் போது, நாம் நாடி பற்று கொண்டு அனுபவித்த வினைப் பதிவுகள் எல்லாம் நாட்டாரென நமை மறித்து நகையும். அந்நாட்டாரை நாம், வினைத்தூய்மை, மனத்தூய்மை இவற்றால் நீக்கிவிட்டு காட்டானை (அறிவு) ஏறி, காட்டானை (இறைதனை) கண் குளிரப் பாரேனோ என சித்தர் கூறுகிறார்.

அப்படி கண் குளிரப் பார்பதற்கு, முதலில் அருக்கன் கருணை வேண்டும். ஏனெனில்,

> *"அருக்கன் பாதம் வணங்குவர் அந்தியில்*
>
> *அருக்கனாவான் அரனுரு அல்லனோ*
>
> *பரிதி வாழ் ஒளியாய்"*

என்று மாணிக்கவாசகர் திருவாசகத்தில் கூறுகிறார். ஒளியின் உதவியின்றி இவ்வுலகப் பொருள்கள் எதையும் நாம் விளங்கிக்-கொள்ள முடியாது.

"விழித்து விழித்து இமைத்தாலும் சுடர் உதயம்இல்லையேல்,
விழிகள் விழித்து இளைப்பதல்லால் விளைவொன்றும்இல்லையே"

என்பது திருவருட்பா. எனவே இறைவன் ஜோதிமயமாய் எங்கும் வியாபித்திருக்கிறான் என்பது பெறப்படும். அஞ்ஞான இருளை இறைவன்அருளால் பெறலாகும் அருட்சோதியின் துணைகொண்டே நீக்குதல் இயலும். இதனையே, திருமூலர் திருமந்திரம் ஏழாவது தந்திரத்தில் #1818. விளக்கில் விளங்கும் என்று கூறுகிறார்.

"விளக்கினை யேற்றி வெளியை அறிமின்
விளக்கின் முன்னே வேதனை மாறும்
விளக்கை விளக்கும் விளக்குடை யார்கள்
விளக்கில் விளங்கும் விளக்கவர் தாமே."

ஞானம் என்ற விளக்கை ஏற்றுங்கள். எல்லையற்றத் தூய பரம்-பொருளை அறிந்து கொள்ளுங்கள். அந்த எல்லையற்ற இறைவன் அண்மையில் நமக்குத் தொல்லை தரும் துன்பங்களும் வேதனைக-ளும் மறைந்து போய்விடும். ஒளி விளக்காகிய இறைவனை விளக்-கும், திரு விளக்காகிய மெய் ஞானத்தை அடைந்தவர் தாமே அந்-தச் சிவ ஒளியுடன் சீவ ஒளியாகக் கலந்து நிற்பார்.

முழுமுதற்கடவுளைக் காண, மும்மலம் நீக்கி முடிவுப்பயணமேற்-கும் அடியார் அருட்கண் பெற்றிட வேண்டும். ஏனெனில்

"அருட்கண் இலாதார்க்கு அரும்பொருள் தோன்றா;அருட்கண்
உளோர்க்கு எதிர்தோன்றும் அரனே
அருட்கண்ணி னோர்க்கு இங்கு இரவியும் தோன்றாத்
தெருட்கண்ணி னோர்க்கு எங்கும் சீரொளி ஆமே. - திருமந்திரம்
1808"

அருட்கண் பெற்றிட பரம்பொருளின் வடிவாம் பரஞ்ஜோதியின் அருள் வேண்டும்.

பணிவு வணக்கங்கள்

இந்நூலில் காணும் மேற்கோள்கள், மந்திரங்கள், உவமான உவமேயங்கள், கருத்துப் பதிவுகள் இவையனைத்தும் என்னுடையது அல்ல. இவைகளனைத்திலுமிருந்து அடியேன் கற்றறிந்த பொருட்களின் சாராம்சம் தான் இந்நூல்.

நூலின் முதற்பகுதியில், பொதுவாக நன்றி என யான் உரைத்தபோதிலும், தெய்வத்தின் குரலாய் ஒலித்து எனக்கு வழிகாட்டிடும் காஞ்சி மஹா பெரியவரின் பாதங்களைப் போற்றி வணங்கி, கீழ்காணும் ஞானியர்கள் அனைவருக்கம் எனது பணிவு வணக்கங்களை சமர்பிக்கிறேன்.

1. சுவாமி தயானந்த சரஸ்வதி
2. சுவாமி பரமார்த்தானந்தா
3. சுவாமி ஓம்காரானந்தா
4. சுவாமி கிருஷ்ணானந்தா

மாதா பிதா குரு தெய்வம்

பணிவு வணக்கங்கள்